माणूस जेव्हा देव होतो

(श्री. यशवंतराव- देव मामलेदार यांचे यथार्थ चरित्र)

डॉ. सुधीर राजाराम देवरे

ISBN 979-888521387-5

जगातल्या

सर्व देव माणसांना...

अनुक्रमणिका

अनुक्रमणिका

माणूस जेव्हा देव होतो

(श्री. यशवंतराव- देव मामलेदार यांचे यथार्थ चरित्र)

संदर्भ ग्रंथ

डॉ. सुधीर राजाराम देवरे

व्दितीय आवृत्ती

(प्र. आ. : ४ जानेवारी २०१५; व्दि. आ. : डिसेंबर २०२१)

अवतरणे

"दुःखी माणसाला मदत करण्यासाठी पुढे केलेला एक हात,
प्रार्थनेसाठी जोडलेल्या दोन्ही हातांपेक्षा अधिक उपयुक्त आहे!"
- स्वामी विवेकानंद

(लक्षणार्थ : एका हाताची मदत म्हणजे दान करणं हा एकच एक अर्थ इथं अभिप्रेत नाही. एखाद्याला पायरी चढण्या- उतरण्यासाठी वा अंधाला रस्ता ओलांडण्यासाठी वाच्यार्थाने हात अथवा आपला खांदा देऊन मदत करणं हा अर्थही यात अंतर्भुत आहे. तसंच गरजूंसाठी शारीरिक मदत करणं. जसे, औषधाच्या दुकानातून कोणाला औषधं आणून देणं. असा हात द्यायला आपल्याला आर्थिक झळही सोसावी लागत नाही.)

.

.2.

"गावात, परिसरात वा विशिष्ट क्षेत्रात आयुष्यभर लोकाभिमुक कार्याला वाहून घेतलेल्या व्यक्तीच्या मृत्यूतर कीर्तीने भारावून, त्याची मूर्त प्रतिमा मंडीत करून, ग्रामीण लोक त्या व्यक्तीला परंपरेने भजू लागले की समजावं ती व्यक्ती वीरगळ झाली!'' .(वीरगळाची व्याख्या - डॉ. सुधीर राजाराम देवरे)

प्रस्तावना: 'लोकमानस'ची अचूक 'नस' ओळखणारे चरित्र

डॉ. प्रदीप कर्णिक

वाइ.मयीन कार्य :

डॉ. सुधीर रा. देवरे हे भाषा, कला, वाइ्मय, लोकजीवन, लोकवाइ्मय, अहिराणी भाषा-साहित्य व संशोधन या विषयाचे अभ्यासक तर आहेतच; परंतु अगदी लहानपणापासून त्यांचे मन, कान, आणि विचार ऐकून, पाहून भवताल आत्मसात करून, आणि मुख्यत्वे पुढे अभ्यास-वाचन-लेखन-संशोधन करून 'तयार' झालेले व्यासंगी साहित्यिक-विचारवंत म्हणून नावाजले गेले आहेत. १९९७ साली त्यांनी पुणे विद्यापीठात 'कला आणि संस्कृतीः एक समन्वय' या विषयावर पीएच. डी. चा प्रबंध सादर केला आणि १९९८ साली त्यांना पदवी प्रदान करण्यात आली. पुढे २००३ साली 'शब्दालय' या प्रख्यात प्रकाशन संस्थेने त्यांचा प्रबंध पुस्तकरूपाने प्रकाशितही केला. या पुस्तकाच्या आधी मराठी आणि अहिराणी भाषेतील त्यांचे कवितासंग्रही प्रकाशित झाले होते. (१९९९ व २०००)

पीएच. डी. पूर्वी १९९५ साली नाशिक येथील यशवंतराव चव्हाण महाराष्ट्र मुक्त विद्यापीठातर्फे 'लोकशिबिर परिषद' आयोजित केली होती. त्या परिषदेत सादर झालेल्या निबंधांची 'लोकायत' नावाची स्मरणिका डॉ. रमेश वरखेडे यांनी संपादित करून प्रकाशित केली. त्यात डॉ. सुधीर देवरे यांनी 'डोंगऱ्या देवा'वर एक लेख लिहिला होता. डॉ. देवरे यांचा लेख प्रकाशित होईपर्यंत डोंगऱ्या देवावर कुणीच काहीही लिहिले नव्हते. हाच लेख त्या वेळी 'गावकरी'नेही पुनर्प्रकाशित केला होता. (दरम्यान ते डॉ. गणेश देवींसोबत भाषा संवर्धन कामात जोडले गेले.) २००३ ते २००५ या काळात सटाण्याहून 'सत्यायनचे प्रतिबिंब' नावाचे साप्ताहिक निघत असे, त्यातून डॉ. देवरे यांनी दोन वर्षे दोन सदरे लिहिली. त्यापैकी एक होते 'अहिराणी वट्टा' आणि दुसरे होते 'मर्मभेद'. 'खान्देशचा सांस्कृतिक इतिहास', 'जनस्थान' अशा काही नावाजलेल्या ग्रंथात त्यांचे अहिराणी भाषा, लोकजीवन या विषयावरचे अभ्यासपूर्ण लेख समाविष्टही झाले होते; परंतु २००७ साली पुन्हा 'शब्दालय' प्रकाशन संस्थेने त्यांचे 'पंख गळून गेले तरी' हे आत्मकथन प्रकाशित केल्यावर याकडे वाचकांचे लक्ष वेधले गेले. २०११ साली 'ग्रंथाली वाचक चळवळी'ने त्यांचा 'अहिराणी लोकपरंपरा' हा ग्रंथ प्रकाशित केला तर २०१४ मध्ये पद्मगंधासारख्या प्रख्यात प्रकाशन संस्थेने त्यांची अहिराणीवरची चार पुस्तके प्रकाशित केली आणि अहिराणी भाषा, वाइ्मय, संस्कृती, इतिहास, परंपरा,

लोककलांचे ते जाणते अभ्यासक म्हणून ख्यातकीर्त झाले. भाषाभ्यास, कादंबऱ्या, नाटके, कविता, आत्मकथनाचा पुढचा भाग, द. ग. गोडसे यांची पत्रे, अशी अनेक त्यांची आगामी पुस्तके प्रकाशनाच्या वाटेवर आहेत. 'ढोल' नियतकालिकाचे संपादन, चर्चासत्रांमधील त्यांच्या निबंधांचे सादरीकरण अशा अनेक बाबी लक्षात घेतल्या तर डॉ. देवरे यांचे कार्य थक्क करून सोडणारे आहे.

पुस्तकी पांडित्य नाही :

डॉ. देवरे हे केवळ पुस्तकी अभ्यासक नाहीत, तर लहानपणापासून त्यांनी सभानतेने भवताल न्याहळला आहे. अभ्यासला आहे. आत्मसात केला आहे.

विरगावात त्यांचे लहानपण गेले. अवतीभवतीची लोकसंस्कृती, लोकजीवन पाहत, न्याहळत ते मोठे झाले. त्यांनी असे नमूद केले आहे की, 'कानबाई, रानबाई, गौराई, काठीकवाडी, आईभवानी, आसरा, खंडोबा, आढी जागरण, म्हसोबा, रोकडोबा, वीरदेव, नाथबोवा समाधी, पद्मनाभ स्वामी समाधी अशा लोकदेवांचा' त्यांनी चिंतनातून, निरीक्षणातून, लोकांशी बोलून अभ्यास केला आहे. 'गोंधळी, मरीआई, वासुदेव, रायरंग, नंदीबैलवाले, टिंगरीवाले, नाव ओळखणारे, गारुडी, डोंबारी आदीच्या कला- नकला, आवाज, गाणे, वाद्य, ऐकून, त्यांनी त्यांची स्वतंत्र 'दृष्टी' विकसित केली आहे. डोंगऱ्या देवाचा उत्सव, चिरा बसवण्याचा कार्यक्रम, लळिताचे कार्यक्रम, धोंड्या होऊन पाणी मागण्याचा कार्यक्रम, आखाजीचा बार, भिल्लांचा तोंड बघण्याचा कार्यक्रम, कलापथक, तमाशा, सर्कस, राजकीय सभा, गावसभा, गावकार्यक्रम, आदिवासींचे लोकोत्सव, असे अनेकानेक कार्यक्रम देवरे यांनी लहानपणापासून तहानभूक विसरून पाहिलेत, आत्मसात केलेत, मनीमानसी रिचवलेत- जिरवलेत. त्यातून त्यांची दृष्टी विशाल, व्यापक तर झालीच, पण केवळ 'पुस्तकी' राहिली नाही. गावात होणाऱ्या आणि सटाण्यासारख्या ठिकाणी भरणाऱ्या जत्रा, यात्रा, उत्सव, आठवड्याचा बाजार हे ग्रामीण भागाचे 'लोकजीवन' आहे व ते त्यांनी पुरेपूर अनुभवले आहे. त्यांनी लहानपणी हट्ट करून आपल्या वडिलांना करायला लावलेली यात्रा होती सटाण्याच्या 'देव मामलेदार' यांची यात्रा. त्यांच्या विरगावातली यात्रा आणि ही भव्यदिव्य यात्रा त्यांच्या मनात कोरली गेली. नुसती कोरली गेली असे नाही तर 'देवमामलेदारां'चे विश्वच त्यांच्या मनावर कोरले गेले आणि त्यांनी त्या विषयाचा ध्यास घेऊन 'माणूस जेव्हा देव होतो' नावाचे एक पुस्तक लिहिले. 'यशवंत महाराज- देव मामलेदार यांचे हे यथार्थ चरित्र' आहे. याच पुस्तकाला प्रस्तावना लिहिण्याचे काम मी स्वीकारले. का? अक्कलकोट स्वामी समर्थ परंपरेतील एक साधुपुरुष म्हणून देवमामलेदारांविषयी असणारे कुतूहल, आस्था,

प्रेम, आपुलकी, हे तर कारण होतेच, पण माझी मैत्रीण (आणि बहीणही) सुनंदा भोसेकर ही देवमामलेदारांच्या घराण्यातील असल्याने मला देवमामलेदारांविषयी एक गूढ आकर्षणही होते व आहे, परंतु 'स्वामी समर्थांच्या बखरी'तील उल्लेखांशिवाय मला देवमामलेदारांविषयी फारसे काहीच माहीत नव्हते. यानिमित्ताने वाचन होईल, एका सत्पुरुषांचे जवळून दर्शन घडेल हा हेतू ठेवून मी होकार दिला. मात्र मी कुणीही या क्षेत्रातला अधिकारी नाही हे मला स्पष्ट करायला हवे. एक 'बरा' वाचक इतकीच काय ती पुंजी माझ्यापाशी आहे. इतर काही एक नाही.

पुस्तकाचे स्वरूप :

प्रथम डॉ. देवरे यांच्या 'माणूस जेव्हा देव होतो' या पुस्तकाचे स्वरूप स्पष्ट करतो. या पुस्तकाच्या सहा पानी प्रास्ताविकात त्यांनी ग्रंथाचे स्वरूप, आशय आणि प्रयोजन स्पष्ट केले आहे.

सटाणा भागातील देवमामलेदारांचे वलयांकित आयुष्य, त्यांचे तिथले देऊळ, त्यांच्या नावाने सुरू असणारी जत्रा, अनेकानेक दंतकथा, कथा, प्रसंग, भोसेकरांना लाभलेले देवत्व इत्यादींचा अभ्यास देवरे यांनी लोकजीवन व लोकसंस्कृतीच्या अंगाने केला आहे. समाजाच्या उपयोगी पडणाऱ्या माणसाला समाज कसा देवत्व बहाल करतो याचा धांडोळा देवरे या पुस्तकात घेतात. देवरे यांनी या ग्रंथाचे चार विभाग केले आहेत. एक, देव मामलेदारांचे यथार्थ चरित्र थोडक्यात सांगून ते दुसऱ्या भागात देव, देवत्व, चमत्कार, चमत्कारांची कारणमीमांसा, माणूस आणि देवत्वाचे अन्योन्यसंबंध, इत्यादींची ते चिकित्सा करतात. तिसऱ्या विभागात आत्मचरित्रात्मक डूब असणारे चार लेख त्यांनी दिले आहेत. यातही देवत्वाचे चिंतन डोकावतेच. त्यानंतर त्याच प्रकरणात लळित, आढी जागरण, कानबाई या दैवत पूजनाची सविस्तर माहिती येते. या ग्रंथातील चौथे प्रकरण परिशिष्टांचे आहे. त्यात बागलाण भागातील मंदिरे, तीर्थक्षेत्रे, थोर विभूती, पर्यटन स्थळे, अहिराणी भाषा यांची माहिती दिली आहे. एकूण ग्रंथाचा विचार केला तर तिसरे प्रकरण आणि परिशिष्टातील माहिती ही अत्यंत रोचक झाली आहे. वाचनीय व संग्राह्य झाली आहे. प्रकरण पहिले आणि दुसरे या दोन प्रकरणाच्या बाबतीत वैचारिक मतभेद होऊ शकतात.

देवरे यांनी या ग्रंथाचे प्रयोजन मांडताना असे म्हटले आहे की, "हा ग्रंथ फक्त धार्मिक ग्रंथ वाचणाऱ्या वाचकांसाठी नाही. फक्त पोथी वाचणाऱ्यांसाठी नाही. फक्त अध्यात्म करणाऱ्या वाचकांसाठी नाही. खरे तर हा ग्रंथ वैचारिक लेखन वाचणाऱ्यांसाठी आहे" लेखकाचे हे प्रयोजन साध्य झाले आहे असेच म्हणावे

लागेल.

हा ग्रंथ वैचारिक लेखन वाचणाऱ्यांसाठी असल्याने काही प्रश्न उपस्थित केल्यास लेखकाची हरकत असणार नाही. तसेच काही पूरक माहिती दिली तर भरच पडेल असा विश्वास वाटतो. अर्थात मी या विषयातला तज्ज्ञ, अभ्यासक नाही. देवरे यांच्यासारख्या व्यासंगी, ज्येष्ठ अभ्यासकांवर आक्षेप घेण्याइतकाही मला अधिकार नाही, मात्र जे जाणवते ते सांगण्यावाचून राहावतही नाही.

देवरे या ग्रंथांतील चारित्रनायकाविषयी असे लिहितात की, ''एका वीरगळाचे हे यथार्थ चरित्र आहे. वास्तव आणि वस्तुनिष्ठ चरित्र आहे. एका वीरगळाच्या चरित्राच्या निमित्ताने लोकमानव व समग्र देवत्व या संकल्पनेचे चिंतन'' या ग्रंथातून करण्यात आले आहे.

मला पडलेले प्रश्न असेः

१. १९ व्या शतकात जन्माला आलेल्या माणसाला 'वीरगळ' का ठरवायचे? ते स्पष्ट व्हायला हवे होते.

२. देवमामलेदार (यशवंत-महाराज-भोसेकर) यांचे हे 'यथार्थ' चरित्र खरोखर 'देव' म्हणून 'यथार्थ' म्हणता येईल का?

३. देवमामलेदारांचे खरे तर कोणीच अजूनपर्यंत 'यथार्थ' चरित्र लिहिलेले नव्हते. सरकार दरबारात पडलेला पत्रव्यवहार, अहवाल, टिपणे, नोंदी यांचा अजून शोध घेतला तर चरित्रकाराला ते साहित्य समग्रतेने सहज उपलब्ध होईल. विशेषतः 'खजिना लुटवला' याबाबतीत पत्रव्यवहार झालाय असे दिसून येते, तो बघून-तपासूनच त्या घटनेवर अजून भाष्य यायला हवे. सत्य त्यात सापडू शकरणारच नाही असे नाही. असे देवमामलेदारांचे संपूर्ण चरित्र लिहिले जायला हवे आहे. (पैकी बरेच संदर्भ देवरे यांनी नक्कीच घेतले आहेत.)

४. देव, देवत्व, संत, साधू, सत्पुरुष, चमत्कार अशा अनेक संकल्पना ह्या व्यामिश्र-गुंतागुंतीच्या आहेत. त्यांचा अभ्यास करणे, चर्चा करणे, विवेचन करणे जोखमीचे ठरते. या दृष्टीने देवरे यांचे त्या संदर्भातले विवेचन चिंतनीय असूनही एकांगी ठरू शकते. अर्थात शंका घेण्याचा, चर्चा करण्याचा त्यांना पूर्ण अधिकार आहे.

५. षड्रिपू ही सहज जाणारी बाब आहे का?

असे काही प्रश्न मला पडले म्हणून देवरे यांच्या पुस्तकाच्या प्रस्तावनेच्या निमित्ताने काही भर टाकण्याचा किंचित प्रपंच.

देवमामलेदार 'अक्कलकोट स्वामी समर्थांच्या स्वप्नदृष्टान्ताने आणि प्रत्यक्ष सहवासाने पुनीत झालेले व्यक्तिमत्त्व. 'समर्थ' आशीर्वादानेच ते

'साधुपुरुष' म्हणून लौकिकास पात्र ठरले. स्वामी समर्थ यांचे आणखी एक शिष्य आणि समर्थांचा सत्संग लाभलेले प्रख्यात अनुयायी श्रीगोपाळबुवा केळकर यांनी स्वामी समर्थांची बखर (चरित्र लीळा) लिहिली आहे. त्यात देवमामलेदारांचाही उल्लेख आहेच. (पृ. २१ आणि २६२- २६३) या बखरीला प्रख्यात लेखक व संशोधक डॉ. रा. चिं. ढेरे यांची प्रस्तावना आहे. त्यात त्यांनी असे नमूद केले आहे की,

"गोपाळबुवांच्या या गद्य कृतीचे नायक अक्कलकोट निवासी श्रीस्वामी समर्थ हे एक अलौकिक सामर्थ्याचे महापुरुष होते. त्यांच्या अवतारकार्याबद्दल शंका घेणे कुणालाही शक्य नाही, असे त्यांचे दिव्य चरित्र आहे. ब्रह्मांडाची घडामोड करणाऱ्या परमेश्वरी शक्तीचेच एक आंशिक रूप त्यांच्या जीवनांत अवतरले होते. परमेश्वराच्या कर्तुमकर्तुमन्ययाकर्तुम् शक्तीची साक्ष आपणांस त्यांच्या अनेक अचिंत्य लीलांतून पटते. त्यांच्या चरित्राचे चिंतन करतांना स्थूल बुद्धी पांगुळते; तर्काचे पाते बोथटते, आणि संशयाचे पडळ त्यांच्या दिव्य तेजात वितळून जाते. अशा सामर्थ्याचा अवतारी पुरुष या भूमीत कालपरवा संचार करीत होता, दीनजनांना कनवाळूपणाने हृदयाशी कवटाळीत होता आणि दुष्ट दुरात्म्यांना फटकारीत होता, हा विचार मनात आला की, आपले हृदय हुरहूरू लागते आणि आपण त्या काळात नसल्याची खंत उफाळून येते." (पृ. एकवीस)

स्वामी समर्थांनी ज्या देव मामलेदारांना "जा, तुम्ही जगात साधु होऊन सर्वांस मान्य व्हाल" असा आशीर्वाद दिला तो सत्यात उतरलेला पुढे दिसूनही आले. श्रीसंत तुकाराम महाराज म्हणतात, 'जे का रंजले गांजले त्यासी म्हणे जो आपुला, तोचि साधु ओळखावा, देव तेथेचि जाणावा' त्याप्रमाणे देवमामलेदार हे 'सत्पुरुष', साधुपुरुष म्हणूनच जगले व वावरले. आणि तिथेच लोकांना मामलेदारात 'देव' दिसला. हे देवत्व खऱ्याखुऱ्या प्रामाणिक सत्यवचनी साधुपुरुषाच्या वाट्याला येते व चिकटते. ते खरवडायचे असेल तर जरूर खरवडावे, पण त्यातून फार काही 'हाती' लागते का? त्याचा जरूर विचार व्हायला हवा. डॉ. ढेरे म्हणतात त्याप्रमाणे स्थूलबुद्धी, तर्क, संशयाचे पडळ वितळून जातात अशाच या विभूती असतात, लोकांच्या मनात पिढ्यानपिढ्या स्मरणात राहतात.

५ जानेवारी १९९२ रोजी पुण्यात 'संतसाहित्याच्या अभ्यासाच्या दिशा' या विषयावर एक चर्चासत्र आयोजित करण्यात आले होते. ह्या चर्चासत्राच्या समारोपात प्रख्यात अभ्यासक-लेखक-संशोधक डॉ. शं. गो. तुळपुळे यांनी आत्मानुभावाचे महत्त्व विशद करताना असे म्हटले होते की, "...तेव्हा सर्वांगीण अभ्यास पाहिजेच, चर्चाही पाहिजेत, मतमतांतरे ही हवीत. इतकेच की त्यात स्वतःला गुरफटू देऊ नये. संतकाव्याच्या मंदिराची पाहणी करताना गाभाऱ्यावर

सदैव लक्ष असावे. त्यात शिरून देवाला 'उराउरी' भेटण्याचा प्रयत्न सतत असावा. तसे न झाले तर रामदासांनी म्हटल्याप्रमाणे "काहीच वेचिले नाही. शेवटी हात झाडिले।" अशी आपली स्थिती होईल. आपली विद्वत्ता, पांडित्य, वक्तृत्व, तर्कपटुत्व, पाठांतर, संशोधन यातील काहीही आपल्या बरोबर येणार नाही. एक आत्मानुभावच काय तो आपली कायमची सोबत करणार आहे." (संतसाहित्य: अभ्यासाच्या काही दिशा' काळे - नगरकर पृ. १३०)

आता हा 'आत्मानुभव' यावा कैसा, हाच खरा प्रश्न आहे. यासाठी माऊलींचीच साक्ष प्रमाण. माऊलींनी 'हरीपाठा'त असे म्हणून ठेवलंय की,

"भावेंवीण देव। न कळे निःसंदेह। :

गुरुविणे अनुभव। कैसा कळे॥"(हरिपाठ क्र. ५)

गुरुविना अनुभव नाही हे तर उघड आहे, पण डॉ. देवरे म्हणतात त्याप्रमाणे या फसवाफसवीच्या युगात खरा गुरू ओळखायचा कैसा? जिथे जावे तिथे भामटे! माऊलींना अभिप्रेत असणारा गुरु सापडायचा तरी केव्हा, कसा?

संतांची, गुरूची लक्षणे संतांनीच सांगून ठेवली आहेत. त्या कसोटीला उतरतात तेच शेवटी संत ठरतात. तेच गुरू. 'जे का रंजले गांजले' मध्ये श्रीसंत तुकाराम महाराज एक कसोटी उघड करतात आणि ती कसोटी देवमामलेदारांना पुरेपूर लागू पडते. त्या कसोटीला ते उतरू शकले आहेत असे त्यांचे चरित्र सांगते. निःसंदेह ते सत्पुरुष ठरतात. श्रीतुकाराम महाराजांची कसोटी लावली तर देवमामलेदारांच्या ठायी असणारा 'देव' ओळखता येतो. फक्त माऊली म्हणतात, तसा 'भाव' मात्र हवा!

श्रीज्ञानदेव, श्रीतुकाराम यांच्यासारखे थोर संत, स्वामी समर्थांसारखे अद्भुत व्यक्तित्व, देवमामलेदारांसारखे सत्पुरुष साधू यांसारख्या अनेकांचा अभ्यास तर झालाच पाहिजे पण तो करीत असताना आत्मानुभावाची प्रचिती घेतलेले आणि पांडित्य गाजवणारे शाब्दिक विद्वान यात फरक करता आला तरच 'देवत्व' कळू शकते. (या पुस्तकात लोकसंस्कृतीच्या अंगाने देवमामलेदारांचे 'देवत्व' देवरे यांनी सिध्द केले आहे.)

थोडे 'वीरगळा'विषयी :

भारतीय संस्कृती कोशापासून 'मराठी संशोधन पत्रिके'त प्रकाशित झालेल्या लेखांचा आढावा घेतल्यास असे दिसून येते की, "युद्धात किंवा एखाद्या साहसी कृत्यात गतप्राण झालेल्या शूर, पराक्रमीपुरुषांना वीर म्हणतात, व त्यांच्याविषयी वाटणाऱ्या आदरामुळे किंवा त्यांनी आपले कोणत्याही प्रकारे अशुभ करू नये म्हणून, त्या त्या व्यक्तीच्या नावाने उभे दगड, लाकडी ठोकळे, अनघड

पाषाणखंडे, किंवा घडीव मूर्ती यांची पूजा करण्याची जी प्रथा आहे तिला वीरपूजा असे म्हणतात." (भारतीय संस्कृती कोश खंड ९ पृ. १९)

ही व्याख्या लक्षात घेता, देवमामलेदारांचे सरकारी खजिना गरिबांसाठी लुटवण्याचे कार्य वीरतेत, शौर्यात मोडते यात शंका नाही, आणि त्यामुळे त्यांची मूर्ती बनवून त्यांची पूजा करणे ही 'वीरपुरुषाची केलेली पूजा' या प्रकारात त्याचे विश्लेषण करणे शक्य आहे.

मात्र पंढरपूरच्या विठ्ठल मूर्तीच्या संदर्भात 'वीरगळ' या विषयी कृ. रा. परांजपे यांनी 'मराठी संशोधन पत्रिके'त (जाने-फेब्रु-मार्च १९८३) 'वीरगळांच्या संबंधात' असे एक टिपण लिहिले. त्यात त्यांनी 'वीराची स्मारक-शिला' असाच अर्थ घेऊन लढाईत वीरमरण (विशेषतः गायींचे रक्षण करताना) येते त्यांच्या शिला उभारतात व त्यावर चित्रे कोरलेली असतात, लेख नसतो हे स्पष्ट केले आहे. तसेच ते 'एकाच स्वतंत्र व्यक्तीच्या, अथवा मूर्तीच्या स्वरूपात ते नसतात' असे म्हणून विठ्ठलाला वीरगळ म्हणता येणार नाही असा आपला निष्कर्ष मांडला आहे. हे पहाता देवमामलेदारांना 'वीरगळ' ठरवणे शक्य आहे का ते देवरेच उत्तम सांगू शकतील. अर्थात डॉ. देवरे त्याचे अधिक विश्लेषण करतीलच!

काही 'संतचरित्रां'विषयी :

'मराठी संशोधन पत्रिके'ने ऑक्टोबर-डिसेंबर १९८२ चा अंक 'लोकसाहित्य विशेषांक' म्हणून प्रकाशित केला होता. त्यामध्ये डॉ. रा. चिं. ढेरे आणि डॉ. म. रा. जोशी यांचे 'लोकसाहित्य आणि इतिहास' या विषयांवर दोन स्वतंत्र लेख प्रकाशित झाले आहेत. त्यात अस्सल साधने, कागदपत्रे, शिलालेख इत्यादी साधने आणि लोकमानसात दृढ झालेली प्रतिमा यातील फरक आणि महत्त्व ढेरे यांनी अतिशय समर्पक शब्दात विशद केले आहे, तर डॉ. म. रा. जोशी यांनी मराठी लोकसाहित्याची व लोकपरंपरेची मीमांसा कशी मराठीच्या प्रारंभापासून करता येते हे सोदाहरण विशद केले आहे. प्राचीन मराठी साहित्याच्या संशोधनात आणि विशेषतः संतचरित्रातील आख्यायिका व दंतकथा हा लोकवाङ्मयाचा उपप्रकारच असल्याचे म्हटले आहे. "लोकतत्त्वाच्या संशोधनाने संतचरित्रकथांचा अन्वयार्थ नीट लावता येतो. अद्याप पर्यंत 'संतचरित्रकथा' क्षेत्र उपेक्षित आहे या कथांचे नीट संकलन केल्यास संत व लोकपरंपरांचे संबंधही स्पष्ट होतील" (पृ. १००) असे डॉ. म. रा. जोशी यांनी म्हटले आहे.

महिपती या संतचरित्रकाराने दंतकथा व आख्यायिकांचा आधार घेऊन संतांची चरित्रे कशी लिहिली आहेत हे सर्वश्रुत आहे. अक्कलकोट स्वामी समर्थांचा संप्रदाय सर्वदूर पसरला असून खुद्द स्वामींच्या लीळांसह त्यांच्या प्रमुख

शिष्यांच्या लीळांनी महाराष्ट्राचा सांप्रदायिक प्रवाह आजही प्रवाही व जिवंत ठेवला आहे. देवमामलेदार ही त्या संप्रदायाचीच एक महत्त्वाची शाखा (पारंबी) आहे, हा दुवाही नजरेआड न करता डॉ. म. रा. जोशी म्हणतात त्याप्रमाणे दंतकथा-आख्यायिका यांचाही वापर करून चरित्रकाराने 'लोकमानस' विशद करायला हवे. डॉ. सुधीर देवरे यांनी ती 'नस' अचूक ओळखली आहे.

या विशेषांकावर प्रतिक्रिया देताना डॉ. ना. ग. जोशी यांनी असे म्हटले आहे की, 'लीजंडरी हिस्टरी' ही साधनसिद्ध इतिहासाच्या पूर्वीची अवस्था असू शकते. ग्राह्य-अग्राह्य काय याबद्दलचे तारतम्य मात्र बाळगावे लागते- व या लौकिक दंतकथा आहेत याचा उल्लेखही करावा लागतो. दंतकथा आख्यायिका याही घटित प्रसंगाबद्दलची माहिती कणाकणाने आपल्यात सामावून घेतात ही गोष्ट साधनांचा शोध करणाऱ्याने कानाआड करता कामा नये.'' (पृ. १९२). डॉ. देवरे दंतकथा/ चमत्कार खरवडतात ते याचमुळे हे लक्षात घेणे आवश्यक आहे.

डॉ. सुधीर देवरे यांच्या पुस्तकाने अशा चर्चेला जर प्रारंभ झाला तर ते उपयुक्त ठरेल. देवमामलेदारांच्या संदर्भातले संपूर्ण दस्तऐवज जमा करण्याचे जरी कोणी मनात घेतले तरी ते मोलाचे कार्य ठरेल. त्या दृष्टीने देवरे यांचे हे पुस्तक प्रेरणादायक ठरेल असा मला विश्वास वाटतो.

डॉ. प्रदीप कर्णिक

संचालक, मराठी संशोधन मंडळ, मुंबई- १४

०५.०९.२०२१ (शिक्षकदिन)

प्रस्तावनेतल्या प्रश्नांचे शंका निरसन

डॉ. सुधीर रा. देवरे

डॉ. प्रदीप कर्णिक यांनी आपल्या प्रचंड कामाच्या व्यस्ततेतून वेळातवेळ काढून अल्पावधीत आनंदानं ह्या पुस्तकाला अतिशय अभ्यासपूर्ण आणि बहुसंदर्भीय प्रस्तावना लिहिल्याबद्दल मी त्यांचा खूप आभारी आहे. प्रस्तावनेत काही अध्यात्मिक- धार्मिक- स्वप्नदृष्टान्त आदी लोकश्रध्देच्या मुद्द्यांची त्यांनी भर घातली. लोकसंस्कृतीच्या अंगानं 'मानवीय वस्तुनिष्ठ' चरित्र लिखाणावर लक्ष केंद्रीत केल्यानं हे 'अतिभौतिक' मुद्दे प्रस्तुत अभ्यासकाने पुस्तकात हेतुत: टाळले असले तरीही प्रस्तावनेतल्या या 'पूरक माहिती'चं स्वागतच करतो. परंतु प्रस्तावनेत त्यांनी काही प्रश्नही उपस्थित करून त्या प्रश्नांचं मी विश्लेषण करावं अशी अपेक्षा व्यक्त केली आहे. म्हणून इथं त्या प्रश्नांची उत्तरं देणं माझं कर्तव्य ठरतं.

डॉ. कर्णिकांना पडलेले काही प्रश्न :

१. १९ व्या शतकात जन्माला आलेल्या माणसाला 'वीरगळ' का ठरवायचे? ते स्पष्ट व्हायला हवे होते. (''देवमामलेदारांना 'वीरगळ' ठरवणे शक्य आहे का ते देवरेच उत्तम सांगू शकतील. अर्थात डॉ. देवरे त्यांचे अधिक विश्लेषण करतीलच!'' असंही वाक्य प्रस्तावनेत अन्यत्र आलं आहे.)

उत्तर : वीरगळांविषयी आतापर्यंत अनेक तज्ज्ञांनी विविध व्याख्या तयार केल्या आहेत. त्या सर्व संशोधकांचा आदर करून प्रस्तुत अभ्यासकानेही स्वतंत्र अशी व्याख्या केली आहे. ती व्याख्या अशी, ''गावात, परिसरात वा विशिष्ट क्षेत्रात आयुष्यभर लोकाभिमुक कार्याला वाहून घेतलेल्या व्यक्तीच्या मृत्यूतर कीर्तीने भारावून, त्याची मूर्त प्रतिमा मंडीत करून, ग्रामीण लोक त्या व्यक्तीला परंपरेने भजू लागले की समजावं ती व्यक्ती वीरगळ झाली!'' या व्याख्येच्या अनुषंगानं देवमामलेदार एक वीरगळ ठरतात.

२. देवमामलेदार (यशवंत-महाराज-भोसेकर) यांचे हे 'यथार्थ' चरित्र खरोखर 'यथार्थ' म्हणता येईल का?

उत्तर : देवमामलेदार यांचा एक देव 'माणूस' म्हणून अभ्यास करून हे चरित्र लिहिल्यामुळं ते प्रस्तुत अभ्यासकाला 'यथार्थ' वाटतं. पण जर कोणाला ह्या पुस्तकात 'दैवी शक्तीचा माणूस' वा 'अवतारी पुरुष' म्हणून देवमामलेदारांची प्रतिमा पहायची असेल तर त्यांना हे चरित्र 'यथार्थ' वाटणार नाही. अशा

वाटण्याला प्रस्तुत लेखकाचा इलाज नाही.

३. देवमामलेदारांचे खरे तर कोणीच अजूनपर्यंत 'यथार्थ' चरित्र लिहिलेले नव्हते. सरकार दरबारात पडलेला पत्रव्यवहार, अहवाल, टिपणे, नोंदी यांचा अजून शोध घेतला तर चरित्रकाराला ते साहित्य समग्रतेने सहज उपलब्ध होईल. विशेषतः 'खजिना लुटवला' याबाबतीत पत्रव्यवहार झालाय असे दिसून येते, तो बघून-तपासूनच त्या घटनेवर भाष्य करायला हवे. सत्य त्यात सापडू शकरणारच नाही असे नाही. असे देवमामलेदारांचे संपूर्ण चरित्र लिहिले जायला हवे आहे.

उत्तर : 'यथार्थ' चरित्रासाठी जेवढे संदर्भ मिळवणं शक्य होतं, तेवढे संदर्भ प्रस्तुत अभ्यासकाने मिळवले आहेत. आणि त्या संदर्भांच्या उजेडातच देवमामलेदारांचं हे मानवी व वस्तुनिष्ठ यथार्थ चरित्र लिहिण्याचा प्रयत्न केला आहे. (ग्रंथात संदर्भ सूची जोडली आहे.)

४. देव, देवत्व, संत, साधू, सत्पुरुष, चमत्कार अशा अनेक संकल्पना ह्या व्यामिश्र-गुंतागुंतीच्या आहेत. त्यांचा अभ्यास करणे, चर्चा करणे, विवेचन करणे जोखमीचे ठरते. या दृष्टीने देवरे यांचे त्या संदर्भातले विवेचन एकांगी ठरू शकते. अर्थात शंका घेण्याचा, चर्चा करण्याचा त्यांना पूर्ण अधिकार आहे.

उत्तर : 'देव, देवत्व, संत, साधू, सत्पुरुष, चमत्कार' ह्या सगळ्या संज्ञा आज सापेक्ष ठरतात. 'मी ज्या व्यक्तीला देव म्हणेल त्या व्यक्तीला इतरांनीही देव म्हणावं' असा आग्रह प्रस्तुत अभ्यासक धरणार नाही. पैकी 'चमत्कार' नावाची गोष्ट प्रस्तुत लेखकाच्या डायरीत नाही. कोणत्याही चमत्काराशिवाय देवमामलेदार हे कर्मानं श्रेष्ठ ठरतात.

५. षड्रिपू ही सहज जाणारी बाब आहे का?

उत्तर : षड्रिपू ही सहज जाणारी बाब नाही. परंतु अनेक संत महात्म्यांनी षड्रिपूंवर विजय मिळवला आहे. त्यापैकीच देवमामलेदार एक होते. त्या निमित्तानेच 'षड्रिपू' ह्या पुस्तकात चर्चेला घेतले आहेत.

डॉ. प्रदीप कर्णिक यांचे पुन्हा एकदा आभार.

- डॉ. सुधीर रा. देवरे

ऋणनिर्देश, पावती

डॉ. प्रदीप कर्णिक यांनी अल्पावधीत आणि आनंदाने प्रस्तावना दिली. देवमामलेदारांच्या घराण्यातील वंशज सुनंदा भोसेकर या कवी मैत्रिणीनं दुसरी आवृत्ती काढण्यासाठी प्रोत्साहन दिलं. माझ्या हातून हे पुस्तक लिहून व्हावं असं काकडे गुरुजींना वाटत होतं. पहिल्या आवृत्तीसाठी श्री. देवेंद्र शंकर वाघ यांनी खूप धावपळ केली होती. श्री. विक्रम श्रीराम एडक आणि जीवन वैश्यंपायन यांच्याकडूनही एक धार्मिक संदर्भ मिळाला.

पहिल्या आवृत्तीची पुस्तकं संपताच चेन्नईच्या नोशन प्रकाशनानं हे पुस्तक प्रकाशित करायचं मान्य केल्यानं दुसरी आवृत्ती काढणं सोपं झालं. हा ग्रंथ लिहीत असताना जेष्ठ अभ्यासक डॉ. सदानंद मोरे यांच्याशी एका मुद्यावर चर्चा केली.

मुखपृष्ठ : दर्शना कोलगे

पुस्तक सजावट : दर्शना कोलगे

विशेष सहाय्य : गौरी देवरे, सुनंदा देवरे

प्रकाशक : नोशन प्रेस, चेन्नई या सर्वांचे आभार.

- डॉ. सुधीर रा. देवरे

प्रास्ताविक : देवाच्या नावानं

०.१ सुरुवात :

लहानपणापासून मी अनेक वीरदैवतं आमच्या गावाच्या परिसरात पहात आलो. भजत आलोय. म्हणून बागलाण- खानदेशातील समग्र लोकदैवतं मला चिंतनासाठी खुणावत होते. वीरगळ या लोकदैवतांमागची पार्श्वभूमी काय आहे, याचं चिंतन बालपणापासून करत आलोय. यातील सामान्य माणसापासून देवत्वापर्यंत चिंतनाचा प्रवास लिखाणासाठी उद्युक्त करत होता. हा विषय खूप वर्षांपासून माझ्या मनाच्या सांदीकोपऱ्यात पडून राहिला. तो कधीतरी डोकं वर काढणार होता. ती वेळ पुढं येणार होती.

खरं तर जेव्हा अहिराणी 'ढोल' नियतकालिकाचे संपादन करु लागलो (म्हणजे १९९८ आसपासच्या काळात) त्याच वेळी लोकदैवतांवर आणि वीरगळांवर लिहायचा विचार माझ्या मनात आला होता. काही टिपणंही त्याच वेळी काढून ठेवली होती. पण कसं आणि का? या माझ्याच प्रश्नांच्या उत्तरात मी अडकल्यानं हा विषय मी पुन्हा तसाच भिजता ठेऊन माझ्या अन्य कामांकडं वळलो. कसं आणि का? या इतक्या छोट्याशया- फक्त तीन शब्दांच्या प्रश्नांकित वाक्यात जरी आता बोलत असलो तरी त्यावेळी या एकेका शब्दाच्या दोन प्रश्नांनी मनात फार मोठं काहूर उभं केलं होतं.

१९९७ साली माझा पीएच. डी. चा प्रबंध 'कला आणि संस्कृती: एक समन्वय' लिहून पूर्ण केला आणि ३१ जुलै १९९७ ला तो पुणे विद्यापीठात सादर केला होता. १४ नोव्हेंबर १९९८ ला मला पुणे विद्यापीठाकडून पीएच. डी. प्रदान करण्यात आली. नंतर माझ्याकडं मार्गदर्शनाकडे जे अभ्यासक येऊ लागले त्यात वीरगळांचा अभ्यास करणाऱ्या अभ्यासकांना मी माझ्या परिसरातल्या (बागलाण आणि खानदेशातील) वीरगळांचे संदर्भही त्यांच्या प्रबंधात यावेत म्हणून सुचवत होतो. काही अभ्यासकांनी अशा वीरगळांत प्रस्तुत अभ्यासकाने सुचवलेल्या विरगळांचा समावेश आवर्जून केलाही. संशोधनाची दृष्टी आल्यापासून अशा वीरगळांचं देवपण अभ्यासासाठी खुणावत होतं.

०.२ लोकजीवनाची वाट :

एकदा संध्याकाळी- अवांतर वेळी घराच्या गच्चीवर फिरत असताना या वीरगळांचा विचार डोक्यात आला. हे विचार यायला तसं तत्कालीक कारण काहीच घडलं नाही. पण विचार आला. (इथं दृष्टांत ही संज्ञा मुद्दाम वापरत नाही. या

संपूर्ण ग्रंथात कुठंही ही संज्ञा जाणीवपूर्वक उपयोजित केली नाही. विवेकानं निर्णय घेणं, स्वतःच्या मताचा कौल घेणं वा आतला आवाज ऐकणं म्हणजे दृष्टांत होणं अशी माझी दृष्टांतची व्याख्या आहे. पण सर्वसाधारणपणं अध्यात्मिक प्रचिती या अंगानं आपण या संज्ञेचा अर्थ घेत असतो.) मनात स्वतःलाच विचारत होतो, जेव्हा आपण स्वतः मागं अनेक वेळा ठरवत होतो की लोकदैवतांवर लिहायचं, तेव्हा आपण नेमकं काय लिहिणार होतो, याचं चिंतन करु लागलो. लक्षात आलं, की देवत्वाचा शेंदूर काढून आणि चमत्कारांचं कवच बाजूला सारुन आपण त्या त्या होऊन गेलेल्या व्यक्तींचं महानपण सांगणार होतो. म्हणजे अशा देवत्व पावलेल्या व्यक्तींच्या निमित्तानं अखिल देवत्वाचा विचार आपण मांडणार होतो. व्यक्तींनं समाजासाठी काही विधायक कामं केली तर समाज व्यक्तीला कसा देवत्व बहाल करतो, या अंगानं वेध घेऊन लिहिणार होतो. आणि हे चिंतन लोकजीवन, लोकश्रध्दा, लोकसमज, लोकसंस्कृती आदी माध्यमातून सुरु असल्यानं हा विचार वीरगळांच्याही थोडा पुढचा होता. मनात चमकलो. हो याच अंगानं आपण लिहिणार होतो आणि 'ढोल' मधून लोकांपर्यंत पोहचवणार होतो. पण हे लिखाण या ना त्या कारणानं मागं पडत गेलं. पण आज वाटू लागलं, की असंच आणि लोकजीवनाच्या- लोकसंस्कृतीच्या अंगानं आपण लिखाण करुया. अशा लिखाणाचं स्वागत होईलच. त्यानिमित्तानं आपली एक भूमिका लोकांपुढं ठेवायला काय हरकत आहे. त्यातून चांगलं काही निघालं आणि देवत्व मिळालेल्या व्यक्तींचा वसा घेऊन लोक चांगलं काम करु लागलीत तर ठिकच आहे. पण समजा नाही कोणी चांगले विचार सोबत घेऊन समाजसेवा केली तरी त्यात अपयश वाटण्यासारखं काही नाही. आपला एक दृष्टीकोन म्हणून हे लिखाण वाचलं गेलं तरी हरकत नाही. ह्या लिखाणाला कुठल्याही भौगोलिक सीमा नाहीत. हे लिखाण केवळ सटाणा नावाच्या गावातल्या लोकांसाठी, फक्त बागलाण तालुक्यातल्या लोकांसाठी वा फक्त खानदेशातल्या लोकांसाठी नाही. हे लिखाण कोणीही कुठंही वाचलं तरी एखाद्या वीरगळाच्या निमित्तानं देवत्वाच्या शोधाचं लिखाण ठरावं अशी अपेक्षा आहे.

यानंतरच्या रविवारी बाकी कामं बाजूला ठेऊन १९९८-९९ साली वीरगळांवर लिहिलेली टिपणं शोधून काढली. ती वाचली. आणि त्याच दिवशी पुढचं लिखाण करायला सुरुवात केली. हे सांगत असताना मला बालपणातली विरगावची माझी पूर्वपीठिका थोडक्यात सांगणंही गरजेचं वाटतं.

०.३ बालपणातली आस्तिकता :

विरगावला लहानपणापासून लोकजीवनाचे अवलोकन करत आलोय. लोकसंस्कृतीची अनुभुती घेत आलो. लोकपरंपरा स्वत: जीवनात उपयोजित करत आलो. आज जीवनाविषयी आणि देवत्वाविषयी चिंतन करतो. पण रुढ अर्थानं आज मी आस्तिक आहे की नाही, माहीत नाही. लहानपणी मात्र खूप आस्तिक होतो. पूजाअर्चा करायचो, मंदिरात जायचो, आमच्या मागच्या वाड्यात मातीची छोटी छोटी मंदिरं स्वत: बांधायचो. पैकी बांधलेलं एक मंदिर छोटं असलं तरी माझ्यासहीत अजून एक मित्र त्या मंदिरात सहज बसत असे इतकं ते मोठं होतंच. मातीच्याच महादेवाच्या पिंडी स्वत: बनवून बांधलेल्या मंदिरांत त्यांची स्थापना करायचो. लहानपणी महादेव हे माझं अराध्यदैवत आपोआप झालं होतं. कोणी सांगितल्यामुळं नव्हे. शिवलीलामृत, व्यंकटेश स्तोत्र, रामरक्षा, शनिमहात्म्य, हरिपाठ, नवनाथाची पोथी, पांडवप्रताप, पुराणं, शुक्रवारची कहाणी, संतोषी मातेची कहाणी अशा पोथ्या वाचायचो. गावात स्वाध्याय व्हायचा म्हणून तिथंही जायचो. नंतर एक बाल स्वाध्याय केंद्रही काही दिवस चालवलं. '*ॐ नम: शिवाय*' हा माझा आवडता मंत्र होता. अडचणीत आलो वा दु:ख झालं की हा मंत्र कायम मनातल्या मनात म्हणायचो. मारुती, महादेवाची पिंड, नंदी, गणपती, म्हसोबा, आया, नाथबोवांची समाधी, पद्मनाभ् महाराजांची समाधी यांच्या सानिध्यात वाढत आलो. तात्पर्य, लहानपणी नको इतका आस्तिक होतो.

पण आता हा आस्तिकपणा कुठल्याकुठं वितळून गेला. त्याला अनेक कारणं आहेत. असा आस्तिकपणा आपोआप वितळत नाही. कदाचित हा कर्मकांडांचा आस्तिकपणा वितळणं म्हणजे त्याच्या पुढची पायरी आपण चढली असावी असंही वाटतं.

कानबाई, रानबाई, गौराई, काठीकवाडी, आईभवानी, आसरा, खंडोबा, आढीजागरण, म्हसोबा, रोकडोबा, वीरदेव, नाथबोवा समाधी, पद्मनाभ् स्वामी समाधी हे लोकदेव माझ्या गावात आजूबाजूला पहात होतो. त्यांचे उत्सव पहात होतो. उग्र उपासना पध्दत अनुभवत होतो. गोंधळी, मरीआई, वासुदेव, रायरंग, नंदीबैलवाले, टिंगरीवाले, नाव ओळखणारे, गारुडी, डोंबारी आर्दींच्या कला- नकला, आवाज, गाणी, वाद्य ऐकून नकळत माझी एक स्वतंत्र दृष्टी तयार होत होती. हे विश्व वेगळं आहे, आदिम आहे आणि आपण त्यात संमोहीत होऊन आकर्षिले जात आहोत, याची जाण तेव्हाही होती.

डोंगऱ्यादेवाचा उत्सव असो, चिरा बसवण्याचा कार्यक्रम असो, पद्मनाभ स्वामींच्या समाधीतला लळिताचा कार्यक्रम असो, धोंड्या होऊन पाणी मागण्याचा

कार्यक्रम असो, आखाजीचा बार असो, भिल्लांचा तोंड पाहण्याचा कार्यक्रम असो, लग्नाचा नाच असो, होळीचा शिमगा असो, कुठं भजन असो वा कीर्तन, राजकीय प्रचाराची सभा असो वा कलापथक, गावातील भारुडांचा कार्यक्रम असो की तमाशा, स्वाध्याय असो की सर्कस अशा सर्व गावसभा, गाव कार्यक्रम वा आदिवासी लोकोत्सव असो दिवसभर तहानभूक विसरुन भावनिकदृष्ट्या त्यात सामील झालेलो असायचो. भिलाटीतल्या व गावातल्या सर्व कार्यक्रमांचा पहिला प्रेक्षक असायचो.

मार्गशिर्ष महिण्यात डोंगऱ्या देवाचा उत्सव दर वर्षी विरगावच्या भिलाटीत पंधरा दिवस चालायचा. तो कार्यक्रम मला खूप भयंकर व उग्र वाटायचा. त्यांची नाच, गाणी, अंगात घेणारे देवभक्त, वारं, त्यांचा अवतार, त्यांची शिस्त, त्यांची वाद्य, त्यांच्या आदिम आरोळ्या, हुंकार, धवळीशेवर, टापऱ्या, तोंडाने वाजायच्या पुरक्या, ठेकानं वाजवायच्या टाळ्या, अशा वाद्यांनी- या त्यांच्या कृतींनी जागीच हरखून जायचो. गावखळी बसवायची पध्दत, थोम गाडायची पध्दत, त्यांचे आचार, पथ्य, वेश अशा सगळ्या बारीकसारीक गोष्टींकडं माझं ध्यान असायचं. ह्या आचरन पध्दतीतील नवे शब्द- त्यांच्या बोलीतले आदिम शब्द गावातील व्यवहारात ऐकायला मिळायचे नाहीत. या सर्व गूढ वाटणाऱ्या गोष्टींमुळं त्यांच्याकडे कसा ओढला गेलो हे मलाही कळलं नाही.

जेजूरीचे खंडोबा हे लोकदैवत महाराष्ट्रात सर्वत्र लोकप्रिय आहे. महाराष्ट्रातील सर्व भागात खंडोबाचे भक्त आढळतात. त्या त्या भागातील वैशिष्ट्ये खंडोबा दैवताच्या पूजनात, विधीत आणि लोकगीतातही ठळकपणं दृग्गोचर होतात. अहिराणी- खानदेशी भागात खंडोबाचे भक्त दर रविवारी एकत्र जमतात. खंडोबाची गाणी डफ खंजिरीवर गातात. अशा वेळी भक्तांच्या अंगात येतं. भक्त घुमतात. हे भक्त केव्हातरी एकदा आपल्या घरी आढीजागरणाचा कार्यक्रम आखतात. हा कार्यक्रम आपल्या घरी लग्नकार्य असल्यासारखा भव्यपणं साजरा केला जातो. या कार्यक्रमाला लग्नकार्याइतकाच खर्च होतो. आढी म्हणजे जमिनीत खोदलेली चारी. चारीत खैराची लाकडं रात्रभर जाळून जो विस्तव तयार होतो, त्या विस्तवावरुन भक्त अनवाणी पायांनी चालतात. हा कार्यक्रम लहानपणी रात्रभर जागून स्वतः अनुभवला आहे.

कानबाईचा उत्सव तर खानदेशात - अहिराणी पट्ट्यात प्रमुख उत्सव असतो. कानबाई बसवलेल्या घराच्या मंडपात सामुदायिक विवाह होतात. अशा विवाह उत्सुक जोडप्यांना अथवा त्यांच्या पालकांना कोणताही खर्च करावा लागत नसला तरी ज्या घरी कानबाई बसते त्या भक्ताला मोठा खर्च करावा लागतो. कानबाई

हे खानदेशातील लोकदैवत असल्यामुळं बहुजनसमाजातील कोणत्याही जाती-जमातीचे लोक कानबाई बसवतात. अनेक घराण्यात कानबाई आपल्या वडिलोपार्जित चालत आलेल्या वंशपरंपरेनं दिलेली देणगी म्हणून बसवली जाते. आमच्या विरगावात माळ्यांच्या एका कुटुंबात कानबाई वंशपरंपरेनं बसवण्याची पध्दत होती. तथापि मराठा, माळी, वाणी, सुतार, लोहार, कोष्टी आदी खानदेशातील कोणत्याही समाजात कानबाई बसवली जाते.

०.४ ग्रंथाचा आशय :

सटाण्याच्या माझ्या पहिल्या यात्रेच्या अनुभवापासून या ग्रंथाची सुरुवात केली आहे. या यात्रेच्या अनुभवातूनच माझी बालपणातली जिज्ञासा जागृत होऊन ज्यांच्या नावानं सटाण्याची यात्रा भरते ते देव मामलेदार म्हणजे कोण, हा प्रश्न मी घरी विचारला आणि या प्रश्नाला जे दंतकथात्मक उत्तर मला मिळालं त्या दंतकथेचा मीमांसक- समीक्षक आढावाही मुद्दाम या ग्रंथात घेतला आहे आणि त्यानंतर या वीरगळाच्या वास्तव चरित्राकडे वळलो.

या पुस्तकात देव मामलेदार या एका वीरगळाचं यथार्थ वास्तव चरित्र संपल्यावरच पुढं देवत्वाचं चिंतन सुरु झालं आहे. म्हणून या पुस्तकात चार विभाग केले आहेत. *'यथार्थ चरित्र', 'माणूस जेव्हा देव होतो', 'देवाचिया व्दारी'* आणि *'परिशिष्टे'* अशा चार विभागात हा ग्रंथ आहे. पहिल्या भागातील तीन प्रकरणात बालपणातील यात्रा, दंतकथेच्या अंगानं ऐकलेलं चरित्र आणि वस्तुनिष्ठ व वास्तव चरित्र हे *'यथार्थ चरित्र'* या शीर्षकात एकाच प्रकरणात वीरगळाचं चरित्र सारांश रुपानं सांगितलं आहे. कारण चरित्रात्मक महत्वाचं सांगून झाल्यावर लोकभावनच्या अंगानं देवत्वाच्या इतर मुद्द्यांकडं वळायचं होतं. त्यानंतर या पुस्तकात पुढं जे नवीन तीन विभाग आले आहेत, त्यात काही प्रश्नांचा ऊहापोह केला आहे.

ह्या ग्रंथातील दुसऱ्या भागातही तीन प्रकरणं आहेत. *'चमत्कार मीमांसा'* या प्रकरणात जगातील सगळ्याच धर्मातील चमत्कारांचा थोडक्यात ऊहापोह करुन चमत्कारांमागं असलेली मानवी प्रवृती समजून घेतली आहे. *'मनुष्य जेव्हा देव होतो'* या प्रकरणात देवत्वाच्या वैशिष्ट्यांसह माणूस आणि देवत्व हे कसे परस्पर हातात हात घालून येत असतं, पण आपण त्या आकलनात कमी पडतो हे अधोरेखित करुन माणसाची मूळ प्रवृत्ती दिव्यत्वाला नमस्कार करण्याचीच आहे, हे दिसून येतं. मात्र माणूस आपल्या स्वार्थी जगण्याच्या स्पर्धेत स्वतःला शूद्र बनवून टाकतो, याचं संश्लेषण या प्रकरणात करण्याचा प्रयत्न केला आहे. *'तेहतीस कोटी: एक संकेत'* या प्रकरणात तेहतीस कोटी देव या संकल्पनेचा तीन

अंगांनी वेध घेऊन त्याचा मूळ अर्थ शोधण्याचा प्रयत्न केला आहे.

ग्रंथातील तिसऱ्या विभागात एकूण आठ प्रकरणं आहेत. '*सटनानी जत्रा*' (अहिराणी), '*हनुमानना जनम!*' (अहिराणी), '*देव जिथल्या तिथं बरा*', '*डोंगऱ्या देवाची गोष्ट*' हे चार लेख आत्मचरित्रात्मक दृष्टीकोनातून असले तरी यात देवत्वाच्या चिंतनासह लोकसंस्कृतीतील माणूसपण अधोरेखित होतं.

'*विरगावचं ललित*', '*आढीजागरण*' आणि '*कानबाई*' या प्रकरणात बागलाण- खानदेशातील दैवत पूजन, विधी आणि लोकश्रध्दा उपयोजित केल्या आहेत. तर '*वारी : महान संतांची पंढरी*' या प्रकरणात संपूर्ण महाराष्ट्राचं लोकदैवत विठ्ठल आणि महाराष्ट्रातील सर्वांत मोठा धार्मिक संप्रदाय म्हणजे वारकरी संप्रदायाचं बलस्थान सांगण्याचा प्रयत्न केला आहे.

या ग्रंथाचा चौथा भाग म्हणजे परिशिष्टे. या भागात चार परिशिष्टे असून पहिल्या परिशिष्टात बागलाणातील काही विभूती, मंदिरं, तिर्थक्षेत्रं, पर्यटनक्षेत्रं यांचा थोडक्यात पण मुद्दाम व आवर्जून उल्लेख या परिशिष्टात केला आहे. दुसऱ्या परिशिष्टात आदर्श ही संकल्पना दृष्टांतासह उपयोजित केली आहे. '*आदर्श म्हणजे काय*' या टिपणातून युवा वर्गाला प्रेरणा मिळेल अशी अपेक्षा आहे. तिसऱ्या परिशिष्टात आपण स्वत: बदलायचं की समाज बदलायचा याचं चिंतनात्मक टिपण असून चौथ्या परिशिष्टात बागलाण- खानदेशाची जी लोकभाषा आहे त्या अहिराणीचा संक्षिप्त इतिहास सांगितला आहे.

एका वीरगळाच्या चरित्राच्या निमित्तानं मनुष्य, देव, देवत्व या संकल्पनांचं चिंतन ग्रंथातील दुसऱ्या आणि तिसऱ्या भागांमध्ये आलं आहे. पहिल्या आणि दुसऱ्या भागाच्या पार्श्वभूमीवर तिसऱ्या भागातील काही लेख वाचकांना विरोधाभासी वाटण्याची शक्यता आहे, पण ते तसे नाहीत. तिसरा भाग हा कर्मकांडावर टिका करुन अमूर्त देवत्वाचं चिंतन आहे. व्यापक अर्थानं या तिन्ही भागात एक अंतर्गत सूत्र आहे, ते सूक्ष्म निरिक्षणानं- वाचनानं लक्षात येईल. देवत्वाच्या नावानं जी काही कर्मकांडं चालतात ते त्यांचं प्रयोजन- अप्रयोजन वा त्यांत किती सोवळंओवळं पाळावं हा दृष्टीकोन तिसऱ्या भागात वाचायला मिळेल. आपण देवाच्या नावानं काही वाईट प्रथांना खतपाणी घालून खऱ्या देवत्वापासून लांब जात आहोत की काय हे ह्या चिंतनातून आकलन व्हावं. माणूस, देव, देवत्व, माणूसपण, देवपण, देवत्वाचं गूढपण, यांची कारणमीमांसा या ग्रंथात करण्याचा प्रयत्न केलेला आहे. तो सगळ्यांना भावेल अशी आशा करतो.

एखाद्या वीरगळाच्या बाजूनं जशी देव घडण्याची एक वास्तव कथा घडत असते त्याचवेळी लोकांकडून लोकांचीही एक लोककथा जन्मास येत असते. या

लोक-कथेचं विश्लेषण करण्याची मी संधी घेतली याचा मला विशेष आनंद होत आहे.

०.५ विचारांची घालमेल :

हे पुस्तक लिहिताना मला खूप ताण सहन करावा लागला. या काळात हे लिखाण पूर्ण करण्यावाचून इतर काहीही केलं नाही. कायम या लिखाणाच्या चिंतनात वावरत होतो. ताण येण्याचं कारण असं होतं, की लिहिताना माझी जी तारेवरची कसरत चालली होती, ती मला असह्य होत होती. माझ्या मनातली ही घालमेल मला त्रास होण्यास कारणीभूत ठरत असावी. ह्या घालमेलीचं कारण होतं, परंपरेने देव मानल्या गेलेल्या वीरगळांचे चमत्कार. या चमत्कारांचं काय करायचं, हा तिढा काही सुटत नव्हता. लिहितानाच नव्हे तर एरव्हीही हा विचार डोक्यात कायम राहायचा. काय करावं? हा सगळ्यात मोठा प्रश्न माझ्यापुढं उपस्थित झाला होता.

नुसती चिकित्सा करुन चालणार नव्हतं तर चमत्कारांमागची तार्किक पार्श्वभूमी सांगणं महत्वाचं होतं. वीरगळांच्या चमत्काराची चिकित्सा करणं सोडून देणंही शक्य नव्हतं. ही चिकित्सा कोणाला भावेल की नाही हा प्रश्न नव्हता. प्रश्न होता श्रध्देचा. समजा कोणतीही चिकित्सा न करता हे चमत्कार अध्याहृत ठेवले असते तर स्वतःला माफ करु शकणार नव्हतो. काही भाष्य न करता हा भाग सोडून दिला तर माझ्या लिखाणाची जी वैचारिक प्रतिमा आहे, तिला धक्का लागेल असं काही करणार नव्हतोच. चमत्कार शरण होणं तर दूरच पण ह्या बाजूला स्पर्श न करता पुढं जाणंही स्वतःला आवडणारं नव्हतं. चमत्कारांची बाजू ही आव्हानात्मक होती आणि ती पेलणं मला भाग आहे असं स्वतःला बजावत होतो. म्हणून सोडून दिलेल्या चमत्कारांच्या बाजूवर इतर कोणी बोट ठेवण्यापेक्षा माझ्या स्वतःच्या विचारांशीच फारकत घेतली असं स्वतःला वाटलं असतं. इतरांचं माहीत नाही. पण स्वतःच मी मला कधीही माफ केलं नसतं.

विचारांती '*चमत्कार मीमांसा*' हे प्रकरण लिहिण्याचं सुचलं आणि माझी घालमेल थांबली. माझ्या नैसर्गिक वैचारिक ठेवणीची जी कोंडी झाली होती ती या प्रकरणानं सुटली होती. मोकळेपणानं सर्वच संतांच्या चमत्कारांचा समाचार घेतला.

देव या संज्ञेपर्यंत पोचलेल्या सर्वच वीरगळांचं संपूर्ण आयुष्य ही एक कवितांच असते, असंही म्हणता येईल. एखाद्या कवितेचा जसा आपण सर्वांगिण विचार करुन, आस्वाद घेतो, कविता समजून घेताना जशा तिच्या सर्व संज्ञा - शब्दांचं विश्लेषण करतो. तसं देव या संकल्पनेचं, देवत्वाच्या सर्व कृतींचं, वागण्या

बोलण्याचं विश्लेषण करुन त्यांचं समग्र जीवन नीट समजून घेतलं पाहिजे, हे लक्षात आलं.

०.६ ग्रंथ प्रयोजन :

हा ग्रंथ फक्त धार्मिक ग्रंथ वाचणाऱ्या वाचकांसाठी नाही. फक्त पोथी वाचणाऱ्यांसाठी नाही. फक्त अध्यात्म करणाऱ्या वाचकांसाठीही नाही. खरं तर हा ग्रंथ वैचारिक लेखन वाचणाऱ्यांसाठी आहे. ललित वाचणाऱ्यांसाठी आहे, मानवी उत्क्रांती अभ्यासणाऱ्यांसाठीही आहे, लोकजीवनाचा- लोकसंस्कृतीचा अभ्यास करणाऱ्या वाचकांसाठी आहे. माणसाचा इतिहास, भूगोल आणि माणसाची वैचारिक ठेवण समजून घेणाऱ्या सगळ्यांसाठी हा ग्रंथ आहे. आस्तिकासाठी तर आहेच पण नास्तिकांसाठी सुध्दा हा ग्रंथ आहे. ह्या पुस्तकाची भाषा ग्रांथिक नाही, पुराणासारखी नाही आणि पोथीचीही ही भाषा नाही. सर्वसामान्य लोक जी भाषा आज बोलतात ती समकालीन भाषा या ग्रंथात उपयोजित केली आहे. म्हणजेच ही लोकभाषा- बोलीभाषा आहे आणि बोलीतच हे चरित्र सांगणार आहे.

एका वीरगळाचं हे यथार्थ चरित्र आहे. वास्तव आणि वस्तुनिष्ठ चरित्र आहे. पण या ग्रंथात फक्त इतकंच नाही. एका वीरगळाच्या चरित्राच्या निमितानं लोकभावन व समग्र देवत्व या संकल्पनेचंच चिंतन या ग्रंथातून उपयोजित करण्याचा प्रयत्न केलेला आहे. या ग्रंथात देवत्वाचा शोध घेण्याच्या प्रयत्नासोबतच देवत्व या संकल्पनेचं उपयोजन असल्यामुळं कोणत्याही भौगोलिक कानाकोपऱ्यात हा ग्रंथ वाचनिय होईल अशी अपेक्षा आहे. ग्रंथ सर्वसमावेशक असल्यामुळं पुणे, मुंबई, नागपूर वा कोकण इथं हा ग्रंथ कोणी वाचला तर तो केवळ एका गावातील वीरगळाचा वा एका देवावरचा ग्रंथ असल्यामुळं अप्रस्तुत ठरणार नाही. संपूर्ण महाराष्ट्रात वा जिथं जिथं मराठी माणूस आहे तिथं तिथं हा ग्रंथ वाचनिय ठरावा.

एक व्यक्तीं सोलापूर जिल्ह्यातून नोकरीसाठी सटाण्याला आली. ती व्यक्तीं नुसती सटाण्याची रहिवासी होऊन राहिली नाही तर सटाण्याचं आराध्य दैवत बनून गेली. तेव्हापासून इथं लोकसमज आहे, की सटाण्याला कोणी परमुलखातील मनुष्य स्थायिक झाला की त्याची भरभराट होते. अशी अनेक उदाहरणंही लोक देतात आणि ती पटण्यासारखी असतात. सगळ्याच वीरगळांच्या बाबतीत ही पुनरावृत्ती होत राहते.

देवाच्या दारी जशी माणसं साजरी दिसतात त्यापेक्षा कितीतरी पटीनं निसर्ग साजरा दिसतो. निसर्ग हा देवाचंच एक मूर्त रुप असल्यामुळं जिथं जिथं देव तिथं तिथं देवराई असावी. देवराई म्हणजे देवाच्या नावानं राखून ठेवलेली वनराई.

अनेक देवस्थानांजवळ ही देवराई निसर्गदत्त आहे, तर काही ठिकाणी देवराई मुद्दाम तयार केलेली असते. जिथं जिथं देव तिथं तिथं तसा प्रयत्न आपण सर्व मिळून करु या.

०.७ दुसरी आवृत्ती :

या ग्रंथाची पहिली आवृत्ती स्थानिक पातळीवर ४ जानेवारी २०१५ ला फक्त ३०० प्रतींची काढण्यात आली होती. महाराष्ट्राच्या कानाकोपऱ्यातून ज्यांनी मागणी केली त्या सर्वांना ग्रंथाची प्रत स्वखर्चाने भेट पाठवली. घरी आलेल्या सारस्वतांना पुस्तकं सप्रेम भेट दिली. ज्यांनी पुस्तकाची किंमत देऊ केली त्या पैशांतून सांस्कृतिक- सामाजिक काम करण्यात आलं.

धन्यवाद!

- डॉ. सुधीर राजाराम देवरे

सायास, १८७, टेलिफोन कॉलनी, पाठक मैदानाच्या पूर्वेला, बसस्थानकामागे, सटाणा – 423301, जि. नाशिक (महाराष्ट्र)

भ्रमणध्वनी: 9422270837 / 7588618857

Email id: drsudhirdeore29@gmail.com

भाग पहिला : यथार्थ चरित्र

१

माझी पहिली यात्रा

१.१ विरगाव :

सटाणा गावापासून प्रकाशा मार्गावर व राज्य रस्ता क्रमांक सतरावर दहा किलोमीटर अंतरावरील विरगाव, तालुका बागलाण, जिल्हा नाशिक हे माझं जन्मगाव. बालपणात कळायला लागलं तसं सगळ्या हौशींसोबत सटाणयाची यात्रा ही सुध्दा आमची एक हौस होती. सटाणा येथील यात्रा त्या वेळी आमच्या विरगाव परिसरात अहिराणी भाषेत सटनानी जत्रा, देव मामलेदारनी जत्रा अथवा यशवंतराव महाराजनी जत्रा म्हणून जनमानसात ओळखली जात होती. त्या वेळी यात्रेसाठी आमच्या गावातील मराठी शाळेला दोन दिवसाची नैमितिक सुट्टीसुध्दा दिली जायची. 'आज रथ शे', 'आज कुस्त्या शेतीस' अशी वाक्ये गावात आमच्यापेक्षा थोराडांकडून कानावर पडायची.

यात्रेच्या दहा बारा दिवसाच्या (दोन आठवडे) काळात विरगावहून रोज आपापल्या बैलगाड्या जुंपून अनेक कुटुंबं सटाणयाच्या यात्रेला जात. आज कोणी तर उद्या कोणी असं हे दोन आठवडे विरगावातून रोज दहा पंधरा बैलगाड्या सटाणयाच्या यात्रेला यायच्या. सकाळी निघालेल्या बैलगाड्या दिवसभर यात्रा करुन विरगावला संध्याकाळीच परत यायच्या. यात शाळेतले आमचे मित्र असायचे. यात्रेला जाऊन आलेले मित्र यात्रेतल्या गमतीजमती सांगायचे. कोणता खाऊ खाल्ला, काय काय नवीन पाहिलं, कोणत्या पाळण्यात बसलो, कोणत्या खेळणी वा वस्तू विकत घेतल्या अशा या गप्पा असायच्या.

१.२ यात्रेचा हट्ट :

मी तिसरी चौथीत असेल त्यावेळी यात्रेला जाऊन आलेल्या मित्रांच्या गप्पा ऐकून मी घरात यात्रेचा हट्ट धरला होता. म्हणून वडिलांनी मला एके दिवशी

सटाण्याच्या यात्रेला नेलं. ही माझी पहिली यात्रा. मी पहिल्यांदा माझ्या भावडांसह वडिलांसोबत सटाण्याच्या यात्रेला निघालो होतो. ही पहिली यात्रा जशीच्या तशी माझ्या अजूनही ध्यानात आहे. या आधी मी फक्त एकच एक यात्रा पाहिलेली होती, ती विरगावच्या पद्मनाभ् स्वामींची यात्रा. विरगावला आषाढी अमावस्येला पद्मनाभ् स्वामींची यात्रा भरायची. पाच- सहा मिठाईची दुकानं आणि बाकी काही किरकोळ विक्रेत्यांची दुकानं अशी ही यात्रा असायची. विरगावचा आठवडी बाजार दर सोमवारी भरायचा. या आठवडी बाजारापेक्षा ही यात्रा छोटी असायची. ही यात्रा सोडली तर बाकीच्या यात्रेंविषयी फक्त ऐकायचो तेवढंच.

सटाण्याला आल्याबरोबर वडील आम्हाला पहिल्यांदा देव मामलेदारांच्या मंदिरात घेऊन गेले. बसस्थानकापासून मंदिराकडे जाताना मंदिराच्या आधीच्या उतारापासूनच यात्रा सुरु झालेली होती. विरगावसारख्या खेड्यात राहत असल्यामुळं मला ही गर्दी प्रचंड वाटू लागली. एवढी गर्दी मी या आधी पाहिलेली नव्हती. वयानं लहान आणि माझ्या प्रकृतीमुळं मला गर्दीतून भावडांचे हात धरुन चालावं लागत होतं. मंदिराजवळ नारळ, बेल, फुलं असं पूजेचं साहित्य विकणारी मंडळी वडिलांना हाका मारुन ते पूजेचे साहित्य घ्यायला भाग पाडत होती. मला वाटलं हे लोक माझ्या वडिलांना प्रत्यक्ष ओळखत असावेत म्हणून एवढा आग्रह करतात. वडिलांनी शेवटी एका विक्रेत्याकडून नारळ, बेल, फुलं घेतली. आम्ही मंदिरात गेलो. भावंडांनी आणि वडिलांनी आपापल्या चपला, पादत्राणं सांभाळणाऱ्याकडे दिल्या. मी त्यावेळी बूट - चप्पल काही वापरत नव्हतो. अनवाणी असायचो. म्हणून माझ्या पादत्राणांचा प्रश्नच नव्हता.

मंदिरात दर्शन घेण्यासाठी भक्तांची रांग लागलेली होती. आम्ही रांगेत उभं राहिलोत. पुढं पुढं सरकत समाधीपर्यंत- मुर्तीपर्यंत गेलो. डोक्यात फेटा, अंगभर पंचा पांघरलेला, धोतर नेसलेले, थोडेसे वृध्द- पाठीत पुढं वाकलेली अशी देवमामलेदारांची मुर्ती होती. संगमरवरी पादुका होत्या. हात जोडून नमस्कार केला. वडिलांनी देव मामलेदारांना बेल, फुलं अर्पण करुन नारळ फोडलं. माझा हात पुरत नव्हता आणि मला घंटा वाजवायची होती. वडिलांनी मला उचलून घेतलं. मग मी घंटा वाजवली.

पादत्राणं घेऊन आम्ही मंदिरातून बाहेर आलो. मात्र या वेळी त्या नारळ विक्रेत्यांनी आमच्याकडं अजिबात लक्ष दिल नाही. मंदिराकडे जाणाऱ्या प्रत्येकाला ती आमच्यासारखा तसाच आग्रह करत होती. मग मला ती घटना सर्वसामान्य ग्राहक- विक्रेत्यांची वाटू लागली. ओळखीतून नव्हे. त्याआधी मला वाटलं होतं, की हे लोक आपल्या अगत्यासाठी किती आग्रह करतात पहा.

यात्रेला आलेले प्रत्येक कुटुंब वा व्यक्ती हा पूजेचा नियम पाळत होती. पहिल्यांदा रांग लाऊन यशवंतराव महाराजांचं दर्शन घेऊन नारळ फोडणं व देव मामलेदारांना प्रसाद अर्पण करुनच पुढं नदीकडे यात्रेला सुरुवात करीत असत. (यात्रेच्या त्या टोकाला बैलगाड्या सोडल्या तरी लोक आजही यात्रेतून मंदिराकडं येतात. दर्शन घेऊन पुन्हा यात्रेत जातात आणि नंतर खरेदीला सुरुवात करतात.)

१.३ लोकजीवन दर्शन :

आम्ही मंदिराकडून आरम नदीकडे, जिकडे यात्रा भरते तिकडं जायला निघालोत. आता इथं जिलबी विक्रेत्यांची हॉटेल्स होती. इथंही आम्हाला गरम गरम जिलबी खायचा बळजबरी आग्रह होऊ लागला. या आग्रहाला बळी पडून वडिलांनी एका हॉटेलीत आम्हाला वळवलं. आम्ही त्या हॉटेलीत एकत्र बसून जिलेबी आणि भजी खाल्ली. आमच्या आजूबाजूला वेगवेगळ्या खेड्यापाड्यातून दुरुन आलेले अनेक कुटुंबं जिलेबी खात होते. आम्ही ग्रामीण भागातले सगळेच लोक त्या काळी फक्त यात्रेलाच जिलेबी खायचो. बाकी वेळेस इतकी चंगळ करणं कोणालाच परवडण्यासारखं नव्हतं.

आम्ही संपूर्ण यात्रा फिरलोत. पुन्हा पुन्हा फिरलोत. भावडांसोबत रहाट पाळण्यात बसलो. यमपुरी हा बाहुल्यांचा कार्यक्रम पाहिला. मौत का कुआ पाहिला. शिट्टी, पवा (बासरी), चेंडू विकत घेतला. या यात्रेच्या निमित्तानं यात्रेला आलेले बागलाणातील विविध आदिवासी लोक, ग्रामीण लोक यांचं मला अवलोकनही करता आलं. लोकजीवन न्याहाळता आलं. यात्रा फिरुन थकल्यावर आम्ही विरगावला बसने घरी परत गेलोत. ही माझी पहिली यात्रा आजपर्यंत मी कधीच विसरलो नाही. या पुढंही विसरु शकणार नाही.

यानंतर पुढील काही वर्षं मी अजून काही यात्रांना- म्हणजे देवमामलेदार यांच्याच सटाण्याच्या काही यात्रांना विरगावहून आलो आहे. एकदा मित्राच्या बैलगाडीतून तर काही वेळा मित्रांसोबत बसनं. पण यात्रा फिरण्याचा क्रम तोच. नंतर सटाणा गावातून निघणारा रथही पाहत आलो आणि एकदा कुस्त्याही पाहिल्या. आता तर मी सटाण्यातच वास्तव्याला असल्यानं या घटना माझ्या गावातच घडतात. त्याचा मी साक्षी आहे. पण प्रकृतीमुळं आता यात्रेत जाणं होत नाही आणि देवमामलेदार यांच्या मंदिरातही.

आठवडी बाजार आणि वर्षातील एक यात्रा करणं हे लोकजीवन आहे. म्हणून आठवडी बाजार जसा रोजच्या भाजीपाल्यासाठी आणि अन्य गरजांसाठी लोकजीवनात अनन्यसाधारणपणं महत्वाचा ठरतो, तशी वर्षातील एक जत्राही ह्या लोकजीवनात आनंद साजरा करण्यासाठी आणि मानसिक आरोग्यासाठी

आवश्यक असते.

सटाण्याचे देव मामलेदार महाराज म्हणजे नक्की कोण? यंशवंतराव महाराज म्हणजे नक्की कोणता देव? असा प्रश्न मला बालपणी नेहमी पडायचा, पण मी तो अजून कोणाला विचारला नव्हता. सटाण्याची ही पहिली यात्रा करुन घरी गेल्यावर मात्र हा प्रश्न मी घरात विचारला. आणि मला एक दंतकथा ऐकायला मिळाली.

2

दंतकथांचा शेंदूर

पहिल्यांदा देव मामलेदार आपल्याला बागलाणात प्रचलित असलेल्या दंतकथेतून भेटतात. बागलाणातील खेड्यापाड्यातील गोरगरीबांना, ग्रामीण लोकांना, शेतकरी, शेतमजूर, अशिक्षित, आदिवासी आदी सर्वांना देव मामलेदार एका दंतकथेतून माहीत आहेत. या कथेला कोणी दंतकथा म्हणेल, कोणी आख्यायिका म्हणेल तर कोणी लोककथाही म्हणेल. दंतकथेचा शब्दश: अर्थ दातापासून सांगितली गेलेली कथा. तोंडी सांगितली गेलेली गोष्ट म्हणजे दंतकथा. म्हणजेच मौखिक पध्दतीनं सांगितली गेलेली कथा. आख्यायिका ही आख्यानावरुन आलेली आहे. सांगितलं जातं ते आख्यान आणि आख्यानातून सांगितली गेलेली कथा ती आख्यायिका.

लोककथा म्हणजे लोकांमध्ये प्रचलित असलेली कथा. जी लोकांकडून घडवली जाते आणि लोक लोकांना जी कथा सांगतात, ती लोककथा. एक जण कोणाकडून कथा ऐकून ती तो दुसऱ्याला सांगतो. त्या कथेत आपल्या पदरचं अजून काही आपल्यालाही न कळत टाकलं जातं. सांगणाऱ्याची कल्पनाशक्ती- कल्पकता त्या कथेत येत असते, त्या लोककथा.

लोककथा, दंतकथा आणि आख्यायिका यांच्यात खूप फरक करता येत नाही. लोककथा- दंतकथा- आख्यायिका या पूर्णपणे काल्पनिक नसतात आणि पूर्णपणे ऐतिहासिकही नसतात. काही कथांमध्ये इतिहास असला तरी त्याचं प्रमाण अल्प असतं. काही कथांमध्ये घडलेली घटना अंतर्भूत असते. पण काही लोककथा चमत्काराचं, दिव्यत्वाचं, अमानवीय असं कवच घेऊन येतात. नव्हे, लोककथा या चमत्काराशिवाय लोकमानसात रुजूच शकत नाहीत. काही लोककथा दोन भिन्न

घटनांची एकच गोष्ट बनवून टाकतात तर काही लोककथा एक घटना दुसऱ्याच्या नावे नोंदवून टाकतात. विशिष्ट भौगोलिक नैसर्गिक क्षेत्रही लोककथा आपल्या कवेत घेऊन वेगळंच नाट्य लोकजीवनात आणून टाकतात.

कोणतीच आदिम लोककथा कुठला संदेश देण्यासाठी, कुठलं प्रबोधन करण्यासाठी वा अमूक मताचा प्रसार-प्रचार करण्यासाठी उदयास आलेली नाही. लोककथा ह्या लोकांच्या प्रतिभेचा सामूहिक आविष्कार होत. मूळ लोककथांत हीन वा महान तसंच विपर्यस्त वा तात्पर्यही उद्धृत नसतंच. मूळ लोककथांतून दिसून येतं ती अखिल मानवजातीची सहज प्रवृत्ती.

लोककथा ह्या मानवी भाव-भावनांचे पडसाद टिपत प्रवाहित होत असतात. सामाजिक, सांस्कृतिक, धार्मिक, पारंपरिक, आर्थिक, वर्गीय व वांशिक संदर्भही लोककथा जपून ठेवतात. ज्यांच्या हाती सांस्कृतिक-धार्मिक-वांशिक सत्ता असते असे मूठभर लोक लोककथांना आपल्या संस्कारांत बुडवून समाजाला तथाकथित सांस्कृतिक वळण लावण्याचाही प्रयत्न करतात. लोककथा या मौखिक व रंजनात्मक अंगानं आविष्कृत होत असल्यानं समाजाला खालच्या थरात रुजवायला कोणतीच प्रबोधनात्मक चळवळ उभारावी लागत नाही. त्यांचा प्रसार मौखिक पद्धतीनं ओट्याओट्यावर, घराघरात, चावडीवर आपोआप होत राहतो. खरं तर लोककथा ह्या अशा आदिवासी, आदिम, अशिक्षित लोकांतूनच सांगोवांगी होत जन्म घेत असतात. मात्र त्याला सांस्कृतिक रंग देत बोधप्रद वळण देण्याचं काम त्या त्या धार्मिक-सांस्कृतिक क्षेत्रातील पंडित करीत असतात. अशा वरुन रंग चढवलेल्या लोककथा पुन्हा संपूर्ण समाजात पुराण, कीर्तन, आख्यान, प्रवचन आदी प्रकारांतून समाजात रुजवण्याचा प्रयत्न होतो. म्हणूनच मुळात एकच लोककथा देशपरत्वे, प्रांतपरत्वे, धर्मपरत्वे, पंथपरत्वे थोडीबहुत बदललेली असल्याचं लक्षात येतं. उदाहरणार्थ, जातककथा, पंचतंत्र, कथासरित्सागर, इसापनीती, ग्रीक लोककथा, पाश्चात्य लोककथा यांचा तुलनात्मक अभ्यास केल्यास प्रस्तुत अभ्यासकाचं प्रतिपादन स्पष्ट होईल.

कोणतीही लोककथा लक्षपूर्वक ऐकली वा काळजीपूर्वक वाचली तर तिचा आदिम मूळ भाग काय असावा, आणि सांस्कृतिक पुटं चढवलेला वा धार्मिक शेंदूर लावलेला प्रतिक्षिप्त भाग कोणता असावा हे सहज लक्षात येतं. हाच दृष्टिकोन समोर ठेवून मी सध्या लोककथा ऐकत-वाचत असल्यानं कोणतीच लोककथा आज मूळ स्वरुपातील वाटत नाही. एखादी लोककथा ज्या प्रेरणा प्रसवण्यासाठी मुळात अस्तित्वात आली असावी, तीच कथा आज अशा पद्धतीनं सांगितली जाते की तिच्या मूळ प्रकृतीच्या विरुद्ध ती संदेश देऊ लागते.

लोककथा- दंतकथा- आख्यायिका या जशा इतिहास सांगत नाहीत. इतिहासाच्या नावानं सांगीवांगी खबरींवर गावोगाव फिरतात तशा बखरीही अर्धसत्यच असतात. बखरी या इतिहासाचं सत्य कथन करत नाहीत तर त्या इतिहास आपल्या कल्पनेतून आपल्या दृष्टीकोनातून मांडत असतात, म्हणजे बखरकाराच्या दृष्टीकोनातून बखर लिहिली जाते. बखरीत इतिहासाचा अंश असला तरी त्या वस्तुस्थितीचं विरुपीकरणही करु शकतात. बखर लिहिणारा बखरकार ज्या दृष्टीकोनानं पाहत असेल तसा इतिहास बखरीत येतो.

अशा वैशिष्ट्यांच्या लोककथांपैकी देवमामलेदारांचीही एक कथा जनमानसात रुढ आहे. देवमालेदारांच्या सटाण्याच्या माझ्या पाहिल्या यात्रेनंतर मी विरगावला परत गेल्यावर घरात आई वडिलांना विचारलं, की देवमामलेदार म्हणजे नक्की कोणते देव? मला जे उत्तर मिळालं ते या जनमानसात रुढ असलेल्या लोककथेतूनच. मला बालपणात समजलेली देव मामलेदारांची कथा अशी होती:

२.२ लोककथा-दंतकथा-आख्यायिका :

यशवंतराव महाराज हे सटाण्याला पूर्वी मामलेदार होते. ते साधू पुरुष होते. संत होते. देवाचं ध्यान करायचे. पूजाअर्चा करायचे. चांगलं वागावं असं ते लोकांना सांगायचे. अडलेल्या नडलेल्या माणसाला मदत करायचे. गरीबांना दान करायचे. म्हणून ते लोकांनाही आवडायचे. तालुकाभर ते लोकांचे आदरस्थान झाले होते.

एकदा बागलाण तालुक्यात खूप मोठा दुष्काळ पडला. लोकांना खायला मिळायचं नाही. लोकांना उपवास पडू लागले. गावागावात चोऱ्यामाऱ्या व्हायला लागल्या. वाटमाऱ्या व्हायला लागल्या. जनावरांना चारा नव्हता. जनावरे मरायला लागलीत. खायला अन्न नाही म्हणून लोक उपाशी पोटी मरु लागलीत. मग यशवंतराव देव मामलेदारांनी काही भुकेल्या (उपाशी) लोकांना जेवण दिलं. ही बातमी बाहेर जसजशी पसरत गेली तसतसे दूरदूर गावांहून लोक मामलेदारांकडं येऊन जेवण मागू लागलीत. सुरुवातीला त्यांनी काही जेवणाच्या पंक्ती बसवल्या.

काही दिवस मामलेदारांनी आपली पदरमोड करुन हे सगळं केलं पण आता त्यांच्याकडंही पैसा उरला नव्हता. मग आता लोकांना जेवण कुठून द्यायचं म्हणून त्यांनाही काही सुचेना. त्यांच्याकडचं धान्य संपलं. पैसे संपले. दागीने संपलेत. लोक तर भुकेले होते. भीक मागूनही त्यांना भीक मिळेना. कारण येवढ्या भिकाऱ्यांना भीक कोण देईल. बाहेर तर मोठा दुष्काळ होता.

देव मामलेदारांनी सरकारकडे या लोकांच्या जेवणासाठी पैसे मागितले. सरकार पैसे देत नव्हतं. पण त्यांच्या कचेरीतल्या तिजोरीत सरकारी पैसा होता. बाहेर लोक अन्नावाचून मरताहेत मग माझ्या कचेरीतल्या तिजोरीत एवढा पैसा

काय कामाचा? असा विचार त्यांच्या मनात आला. त्यांनी मामलेदार कचेरीतली तिजोरी उघडली. दिसेल त्या गोरगरीबांना- भिकाऱ्यांना ते पैसे वाटू लागले. पैसे वाटण्याची ही आवई वाऱ्यासारखी सगळीकडे पसरली आणि लोक पैसे घेण्यासाठी दूरदूरहून सटाण्याला येऊ लागलीत. रांगेत उभं राहून मामलेदाराकडून पैसे घेऊ लागलीत. पैशांनी गच्च भरलेली तिजोरी मामलेदारांनी गोरगरीबांना वाटून टाकली. जेव्हा तिजोरीत छदामही शिल्लक राहिला नाही तेव्हाच मामलेदारांनी पैसे वाटणं बंद केलं. पैसे संपले. पण गोरगरीबांची रांग काही संपली नाही.

ही बातमी वाऱ्यासारखी नाशिकच्या कलेक्टरपर्यंत पोचली. सरकारी तिजोरीतले पैसे वाटले म्हणून कलेक्टर धावतच सटाण्याला आले आणि त्यांनी तिजोरी उघडली तर तिजोरीत सगळे पैसे जसेच्या तसे. पैसे मोजले तर आधी जेवढे होते तेवढे बरोबर भरले. कमी नाही की जास्त नाहीत.

तेव्हापासून सगळीकडं यशवंतराव महाराज हे देव मामलेदार म्हणून ओळखले जातात. म्हणून लोकांनी त्यांचं मंदिर बांधलं.

२.३ संश्लेषण :

अशी ही लोककथा आहे. लोककथेची भाषा कशी ओघवती आणि प्रवाही असते हे या लोककथेतूनही जाणवतं. लोककथेची जी आपण वैशिष्टे पाहिलीत ती वैशिष्टे या कथेतही दृग्गोचर होताना दिसतात. यशवंतराव महाराज यांचं संपूर्ण आयुष्याचं चरित्र ही कथा दोन मिनिटाच्या मौखिक कथनात वा एका पानभरातल्या मजकुरात सांगून टाकते. लोककथेला जसं सणावळ्यांचं वावडं असतं तसं अंकगणितातल्या अचूक संख्यापासूनही त्या लांब राहतात. लोककथेच्या दृष्टीनं नेमका आशय लोकांपर्यंत पोचवणं हे महत्वाचं असतं. अमूक एक घटना इसवी सन अमूक मध्ये घडली अशी नोंद लोककथेत दिसणार नाही आणि तिजोरीत नेमकी किती रक्कम होती हा आकडाही ही लोककथा सांगत नाही. खूप तपशिलात न जाता नेमक्या शब्दांत या संताचं, नव्हे देवाचं सौष्ठव ही कथा आपल्या भाबड्या शब्दांत कथन करते. त्यात ओघवती बोलीभाषा जशी आढळते तसाच एक चमत्कारही ती सहज सांगून जाते. लोककथा ह्या अशा होऊन गेलेल्या थोर पुरुषांचं गुणगान गाण्यासाठी अस्तित्वात येत असतात आणि त्या व्यक्तीचं थोरपण सर्व सामान्यांपर्यंत पोचवायला मदत करीत असतात.

लोककथा कोणत्याही फापट पसाऱ्याला स्थान देत नाहीत. पोथीत दिसणारे शब्दसौष्ठव लोककथेत दिसत नाही. तरीही चाकोरीबध्द पोथीहून खूप श्रेष्ठ काम लोककथा करीत असतात. लोककथांवरील लोकश्रध्देचा शेंदूर खरवडून काढला तर उपोद्बलक तार्किकतेनं तात्कालीक घटनांचा वेध आपण घेऊ शकतो. यशवंतराव

भोसेकरांचं देवपण ही लोककथा कोणताही अभिनिवेश न करता अधोरेखित करुनच थांबते, हे महत्वाचं.

३

यथार्थ चरित्र

३.१ प्रास्ताविक :

वीरगळांचा अभ्यास करताना एक प्रातिनिधीक वीरगळ म्हणून सटाणा येथील यशवंतराव देव मामलेदार यांचं चरित्र निवडलं. त्यांच्या आयुष्याविषयी पूर्णतः जाणून घेण्यासाठी मला त्यांच्या चरित्राचे काही भाग करावं लागले. म्हणजे त्या अंगांनी विचार करता त्यांचं समग्र देवमाणूसपणाचं दर्शन घडेल. म्हणून पूर्व चरित्र, सटाणा येथील नेमणूक, सांस्कृतिक योगदान, सामाजिक योगदान, लोककल्याणार्थ केलेली कामं, निलंबन, देवपण आदी अंगांनी त्यांच्या वास्तव चरित्राचा थोडक्यात पण महत्त्वाच्या अंगांचा वस्तुनिष्ठ वेध घेण्याचा प्रयत्न केला आहे.

३.२ पूर्व चरित्र :

देव मामलेदार यांचं पूर्ण नाव श्री यशवंत महादेव भोसेकर असं होतं तर त्यांचं मूळ गाव भोसे करकंब, तालुका पंढरपूर, जिल्हा सोलापूर हे होतं. त्यांचा जन्म बुधवार दिनांक १३ सप्टेंबर १८१५ रोजी त्यांच्या आजोळी पुण्यात झाला. त्यांचे वडील कुलकर्णी जहागीरदारी सांभाळत होते. बालपणापासूनच यशवंत धार्मिक वृत्तीचे होते. पूजाअर्चा, पोथी-पुराण वाचन, चिंतन, मनन, अभ्यास यात ते नेहमी व्यग्र असायचे.

त्यावेळच्या प्रथेप्रमाणं त्यांचा विवाह ते अल्पवयात असतानाच झाला. लहान असताना सन १८२७ मध्ये सुंदरा नावाच्या बालिकेशी त्यांचा विवाह झाला. लग्नावेळी सुंदराचे वय सहा वर्ष होतं तर यशवंतचे वय बारा वर्ष होतं.

यशवंतचे अक्षर सुंदर व विद्येत हुशार असल्यानं त्यांच्या मामानं त्यांना आपल्या नोकरीच्या गावी म्हणजे अहमदनगर जिल्ह्यातल्या कोपरगावला

नोकरीसाठी आणलं. वयाच्या चौदाव्या वर्षी इ.स. १८२९ ला येवला इथं महसूल खात्यात प्रथम बदली कारकून म्हणून त्यांना मामांच्या प्रयत्नानं नोकरी मिळाली. याच पदावर पारनेर, जिल्हा अहमदनगर इथं बदली झाली. इथं पत्नी सुंदरादेवीसह त्यांचं वास्तव्य सुरु झालं. लगेच १८३१ मध्ये कायमस्वरुपी कारकून म्हणून त्यांची नेमणूक झाली. त्यावेळी त्यांचं वय सोळा वर्ष असावं.

काही दिवसांनी पारनेरहून कर्जतला खजिनदार म्हणून नियुक्ती झाली. पुढं सन १८३६ ला कर्जतलाच शिरस्तेदार म्हणून पदोन्नतीही मिळाली. १६ सप्टेंबर १८४० नशीराबाद तालुक्यात कानळदे इथं ही नेमणूक झाली होती.

१८४१ मध्ये यशवंत भोसेकरांची खानदेश विभागाचे कलेक्टर यांचा दुय्यम चिटणीस म्हणून नियुक्ती झाली. त्यानंतर १८५१ मध्ये दप्तरदार म्हणून त्यांना पुन्हा बढती मिळाली.

१८५३ मध्ये यशवंत भोसेकरांना चाळीसगाव सुभ्याचे मामलेदार करण्यात आलं. त्यावेळी ब्रिटीश सरकारच्या नियमाप्रमाणे मामलेदार पदापर्यंतच्या नोकऱ्या स्थानिक नेटिवांना दिल्या जात आणि कलेक्टरपासून पुढची पदं भरण्यासाठी ब्रिटनहून कर्मचारी मागवले जात असत. कारकूनांमधून मामलेदाराची निवड करताना कर्मचाऱ्याचा कामाचा उरक, थोडेफार कामचलाऊ इंग्रजी येणं आणि ब्रिटीश राजवटीशी एकनिष्ठता या गुणांवर तत्कालीन बढत्या मिळत असत.

चाळीसगाव पासूनच त्यांची मामलेदार पदाची सुरुवात झाली. मामलेदार पदावर असूनही अंगी नम्रता व परोपकारी वृत्ती असल्यानं ते अल्पावधित सर्वसामान्य लोकांत एक चांगला मामलेदार म्हणून ओळखले जाऊ लागले. त्यानंतर ठराविक काळानंतर त्यांच्या बदल्या इतरत्र होत राहिल्या. सन १८५५ ला चाळीसगावहून ते अमळनेरला मामलेदार म्हणून गेले. पण सरकारी वरिष्ठांक तिथं त्यांच्याकडे संशयास्पद पाहिलं गेलं आणि त्यांच्या दप्तराची कसून चौकशी करण्यात आली. सन १८५६ मध्ये तिथून त्यांची बदली एरंडोलला झाली.

यशवंत भोसेकर हे मामलेदार म्हणून एरंडोलला कार्यरत असतानाच १८५७ चे इग्रंजांविरुध्दचं सैनिकांचं बंड झालं. यावेळी एरंडोल मार्गाने जाणाऱ्या इंग्रज फलटणीच्या कर्नलला मिल्ट्रीच्या हालचालींसाठी व खर्चासाठी सरकारी खजिन्यातून तीस हजार रुपयांची तातडीची गरज होती. त्यांनी ती मामलेदार यशवंत भोसेकर यांच्याकडं मागितली. मामलेदार यांना आपल्या अखत्यारीत फक्त पाच हजार रुपयांपर्यंत खर्च करायची परवानगी असूनही भोसेकरांनी प्रसंगावधान ओळखून मिल्ट्रीचं काम खोळंबू नये म्हणून तिजोरीतून तीस हजार

रुपये कर्नलला दिले होते. भोसेकर त्यावेळीही प्रथमता इंग्रजी सत्तेच्या रोषाला पात्र ठरतात की काय असं वाटत असताना ती विशेष बाब म्हणून त्यावेळचे कलेक्टर मेन्सफिल्ड यांनी या खर्चाला नंतर मंजूरी दिली होती आणि योग्य वेळी योग्य निर्णय घेतला असंही भोसेकरांना सांगितलं होतं.

भोसेकर यांचे एक सहकारी त्यावेळी अमळनेरला जे मामलेदार होते, ते एरंडोलचे असल्यानं त्यांना आपल्या स्वतःच्या गावी म्हणजे एरंडोलला बदली हवी होती. त्यांनी आपसात बदलीसाठी भोसेकरांना विचारलं आणि भोसेकरांनी होकार दिला म्हणून मिच्युअल बदलीनुसार भोसेकर पुन्हा मामलेदार म्हणून अमळनेरला आले.

यावेळी नक्की काय झालं त्याचा धागा सापडला नसला तरी अमळनेरला असताना भोसेकरांनी नोकरीचा राजीनामा दिला होता असं लक्षात येतं. इसवी सन १८६० ते सन १८६३ च्या दरम्यान हा राजीनामा दिला असावा. अमळनेरला असताना त्यांना दहा महिने घरी बसावं लागलं होतं असे संदर्भ सापडतात.

काही दिवसांनी त्यांचं स्वतःचं मतपरिवर्तन होऊन राजीनामा मागे घेण्याचं पत्र त्यांनी त्यावेळचे खानदेशचे कलेक्टर अँशबर्न यांना पाठवलं होतं. पण पत्राचा विचार होत नाही असं लक्षात येताच त्यानंतर काही दिवसांनी कमिशनर एलीस यांची मुंबईला भेट घेऊन त्यांनी राजीनामा मागे घेतला होता.

त्यानुसार त्यांची इ. स. १८६३ ला शहादा इथं मामलेदार म्हणून नव्यानं नेमणूक करण्यात आली. शहाद्याहून त्यांची बदली सिंदखेडा इथं झाली. सिंदखेड्याला १८६७ ते १८६९ पर्यंत ते मामलेदार म्हणून कार्यरत होते. शिंदखेड्याला असतानाच मामलेदार भोसेकर यांचे शिष्यगण तयार होऊ लागले होते. एक देवध्यानी, सोज्वळ, धार्मिक आणि सज्जन माणूस म्हणून त्यांच्याकडं लोक आशेनं पाहू लागले होते. शिंदखेड्यापासून त्यांचे धार्मिकपण- अध्यात्मिक ओढ लोकांच्या लक्षात येऊ लागली होती.

शिंदखेड्याहून त्यांची बदली आधी धुळ्याला करण्यात आली व तीच बदली पनिशर्मेंटमुळं दुरुस्त होऊन धुळ्याऐवजी सटाणा करण्यात आली. त्यावेळपर्यंत सटाण्याला मामलेदार हे पद तयार झालेलं नव्हतं. सटाणा तोपर्यंत मालेगावच्या अखत्यारीत येत होतं. १८६९ ला भोसेकरांच्या नियुक्तीनं बागलाणला पहिले मामलेदार मिळाले. सटाणा इथं ब्रिटीश सरकारनं बागलाण तालुका मामलेदार कचेरी स्थापन केली. ८ मे १८६९ रोजी सटाणा इथं पहिले मामलेदार म्हणून भोसेकर रुजू झाले.

१८६९ पासून १८७३ पर्यंत बागलाणात यशवंत भोसेकर मामलेदार होते. दरम्यानच्या काळात जिथं जिथं यशवंत भोसेकर हे नोकरी निमित्त गेले तिथं तिथं ते देवध्यानी, धार्मिक आणि परोपकारी वृतीचा माणूस म्हणून ख्यातनाम होते.

३.३ सटाणा मामलेदार :

शनिवार दिनांक ८ मे १८६९ रोजी यशवंत भोसेकर म्हणजे प्रशासकीय सेवेतील नावानुसार वाय. एम. भोसेकर हे सटाण्याला मामलेदार म्हणून रुजू झाले. शिंदखेड्याहून धुळे आणि लगेच धुळ्याहून सटाणा अशी बदलीत दुरुस्ती करुन पनिशमेंटने त्यांची तात्काळ बदली झाली होती. कारण वाय. एम. भोसेकर यांचा गुप्तवार्ता अहवाल संशयास्पदरित्या तयार झालेला होता.

वाय. एम. भोसेकर यांची १८५७ सालच्या बंडाला सहानुभूती होती असं हा गुप्त अहवाल सांगत होता. याचा अर्थ इंग्रजी सत्तेत राहून या कर्मचाऱ्याने अप्रत्यक्षरित्या त्या बंडाशी संबंध ठेवला असं समजलं गेलं. तात्या टोपे यांचीही गुप्त भेट झाली होती की काय असा या अहवालात संशय व्यक्त केला गेला होता. हा अहवाल अँशबर्न यांनी लिहून तो सरकारकडे पाठवला होता. कॉन्फिडिंशियल रिपोर्ट मध्ये पुढं असंही नमूद केलं होतं, की वाय. एम. भोसेकर हे ज्या ज्या उपविभागात मामलेदार म्हणून पद भूषवतात तिथल्या जमिनदारांकडून, सावकारांकडून कर्ज

घेऊन धार्मिक कार्य करतात. अशा कामात प्रचंड पैसा खर्च करतात. मामलेदार हे पद मानाचे असल्यामुळं त्यांना कोणी कर्ज नाकारत नाही. पण सरकारकडं अशा तोंडी तक्रारी येतात. असा प्रकारचा हा गुप्त अहवाल होता.

या गुप्त अहवालानुसार पनिशमेंट म्हणून वाय. एम. भोसेकरांची धुळे ऐवजी बागलाणला मामलेदारची नवीन जागा तयार करुन बदली करण्यात आली. बागलाण हा त्या काळी अतिदुर्गम भाग समजला जाई. सर्वत्र जंगलं, डोंगराळ भाग आणि पश्चिम भागात कुठं जायचं झालं तर पायवाटेशिवाय चांगले रस्ते नव्हते. तसंच या भागात भिलांच्या टोळ्यांचं प्राबल्य असल्यानं कायम दरोडे घालणाऱ्या दरोडेखोरांचा उपद्रव असे. अशा उपद्रवी आणि इंग्रजांच्या दृष्टीने निरुपद्रवी भागात भोसेकरांची मुद्दाम पनिशमेंटने बदली करण्यात आली होती.

मामलेदार सात्विक, दानशूर व धार्मिक वृतीचे, लोककल्याणकारी प्रशासक म्हणून या आधीच्या नोकरीच्या गावात मान्यता पावलेले होते. सटाण्याला येऊन नोकरीवर रुजू झाल्यानंतर त्यांच्या मनात उदासी दाटून यायला लागली. आपण कोणाचं काहीही कधी वाईट केलं नाही तरी आपल्या वाट्याला पनिशमेंट का यावी.

या पनिशमेंटमुळं आपण बागलाण सारख्या दुर्गम भागात येऊन पडलोत. काय करावं. कोणावर रागवावं. कोणाला दोष द्यावा. अशी उदासी त्यांच्या मनात दाटून येत होती.

आपल्यावर अन्याय झाल्यावर सर्वसामान्य माणूस एकतर निर्ढावतो नाहीतर अती संवेदनाशील होत मवाळ होतो. त्याच्या भावना एकतर भडकतात वा अधिक कोमल होतात. भोसेकर मामलेदार मवाळ झाले. सोशीक झाले. सात्विक झाले. त्यांचा आतला आवाज त्यांना सांगत होता: संवेदनाशील हो. कर्तव्यदक्ष हो. पुढं चालत रहा. मार्ग दिसेल.

अशा अस्वस्थ मनस्थितीत नोकरी करता करता या सत्यायन नगरीत काही दिवसांनीच मामलेदार वाय. एम. भोसेकर रुळले. सटाण्याचं जुनं नाव सत्यायन होतं. या सत्यायन नगरीत मामलेदार भोसेकर रुजू झाले आणि या नगरीने मामलेदारांना नवीन दृष्टी दिली. त्यांना या सत्यायन नगरीत खऱ्या गरीब-कंगाल- आदिवासी जनतेचं दर्शन होऊन जीवनाचं सत्य सापडलं. इथल्या लोकांना पाहून – आदिवासी संस्कृती पाहून ते जास्त जीवनाभिमुख झाले असं म्हणावं लागेल. त्यांनी सर्व कामं नीट सांभाळलीत. सटाणा गाव आणि बागलाण तालुक्यातील सार्वजनिक जीवनात ते सरमिसळून गेले.

३.४ मुल्हेर दरबार :

सटाणा इथं बदली होऊन एक महिना होत नाही तोच मुल्हेर इथं प्रथेप्रमाणं भील राजांचा दरबार भरण्याचा कार्यक्रम होता. हा समारंभ जून 1869 मध्ये असावा. हा कार्यक्रम दरवर्षी होत असे. पण भोसेकर मामलेदारांच्या बागलाणच्या नियुक्तीमुळं त्यांचा हा पहिलाच अनुभव होता. राजे, संस्थानिक यांना तनखे वाटण्याचा कार्यक्रम म्हणून हा दरबार भरत असे. या कार्यक्रमाला धुळ्याचे त्यावेळचे कलेक्टर एल. आर. अँशबर्न स्वतः येणार होते. आणि आपल्या हातांनी तनखे वाटप करणार होते.

मानकरी राजे, जहागिरदार, नाईक, देशमुख, इनामदार यांचा दरबार भरवण्याची ब्रिटीश सरकारची ही प्रथा पडलेली होती.

भिल्ल राजांसाठी भरणाऱ्या दरबारातून मुल्हेर येथील विष्णुदास महाराजांनी भोसेकर मामलेदारांना त्यांच्या परिस्थितीचं खरं दर्शन घडवलं. स्वतः राजे म्हणून मिरवून घेत असले तरी पैशांअभावी अनेक संस्थानिकांची दयनीय अवस्था झाली होती. या कंगाल अवस्थेमुळं अनेकांना दारुचं व्यसन जडलं होतं आणि या व्यसनांमुळं ते दिवसेंदिवस कर्जबाजारी होत होते. भोसेकरांना बागलाणचं खरं प्रतिनिधीक रुप या मेळाव्यातून दिसलं.

डांगी राजांना- भिल्ल राजांनाच नव्हे तर त्यावेळच्या भारतातील सर्वच राजांना ब्रिटीशांनी निष्प्रभ केलं होतं. ब्रिटीश सरकार सावकारांना जसे सावकारी करण्याचे परवाने देत असत तसं दारु गुत्तेदारांनाही दारु विक्रीचे परवाने देत असत. हे परवाने लिलाव पध्दतीने बोली बोलून मिळवले जात.

राजांना तनखे देऊन एका बाजूने त्यांना सन्मानित करण्याचा आव आणायचा व दुसऱ्या बाजूने शेट सावकारांना या राजांकडून अव्वाच्या सव्वा कर्ज वसूलीला लावून द्यायचं हे ब्रिटीश राजवटीचं कुटील धोरण होतं. कारण परंपरेने जरी हे भील लोक राजे होते तरी शिक्षणाचा त्यांना गंध नव्हता. म्हणून ते व्यवहारशून्य होते. असा डाव खेळण्यापाठीमागचं कारण ही राजेशाही लवकरात लवकर संपुष्टात आणून सर्वत्र ब्रिटीश अंमल लागू व्हावा, यासाठी ही नीती अवलंबवली जात होती. ही संस्थानं आणि एकूण राजेशाही ब्रिटीशांच्या एकछत्री अमलांखाली आणण्यास आडवी येत होती. म्हणूनच निपुत्रिक संस्थानिकांना दत्तक घ्यायचा अधिकार ब्रिटीशांनी नाकारला होता. भारतभर ज्यांच्या पदरी मोठमोठं सैन्य होतं, ज्यांनी अनेक लढाया जिंकून ऐतिहासिक अटकेपार झेंडे लावले, त्या संस्थानिकांनाही ब्रिटीशांनी सळो की पळो करुन सोडलं होतं तर या भील आदिवासी संस्थानिकांचं ब्रिटीशांपुढं काय चालणार?

पेठ संस्थानच्या नूरजहाँ बेगमेपासून सगळेच राजे या मुल्हेर दरबाराला हजर होते. बागलाणचा पश्चिम भाग, कळवण, अभोणा, डांग भागातील अनेक छोटे छोटे संस्थानिक, पिंपळनेर, नवापूर, गाढवी, देरभावती, आमला, पिंपरी, वासरना आदी गावांतील राजे या दरबारात येत आणि आपले तनखे मिळवत.

या दरबाराची सगळी जबाबदारी बागलाणचे नवीन मामलेदार म्हणून नियुक्त झालेल्या भोसेकरांवर येऊन पडली होती आणि ती जबाबदारी त्यांनी निभावून नेली. या दरबार भरवण्याच्या अनुभवामुळं मामलेदार भोसेकरांनी पुढं बागलाण आणि डांग या सर्व भागाचा सखोल अभ्यास केला. बागलाणातले लोकजीवन आणि भौगोलिक परिसराचाही जवळून अभ्यास केला.

३.५ नाशिक जिल्हा :

ब्रिटीश सरकारने कामाच्या योग्य वाटपासाठी अहमदनगर जिल्ह्याचं विभाजन करायचं ठरवलं होतं. त्याप्रमाणे इसवी सन १८६९ मध्ये अहमदनगर जिल्ह्याचं विभाजन होऊन १ जुलै १८६९ ला नाशिक स्वतंत्र जिल्हा निर्माण झाला. नाशिकला खानदेशातील बागलाण (म्हणजे आजचे देवळा, कळवण आणि पेठ, सुरगाणाही), मालेगाव व नांदगाव हे तीन उपविभाग जोडले.

या जिल्ह्यांची व्यवस्थितपणं विभागणी करण्यासाठी व कागदपत्रांच्या देवघेवीसाठी अकरा मामलेदारांची समिती नेमण्यात आली होती. बागलाणचा समावेश नाशिक जिल्ह्यात होऊ घातल्यामुळं सटाण्याच्या भोसेकर मामलेदार यांचाही समावेश या समितीत करण्यात आला होता. बागलाण, मालेगाव, नांदगाव या उपविभागांचा समावेश नाशिक जिल्ह्यात करण्यात आल्यामुळं मामलेदार भोसेकर काही दिवस बागलाणच्या कार्यालयीन महत्वाच्या दफ्तरासह अहमदनगरला गेले होते. जिल्ह्यांचं कायदेशीर विभाजन झाल्यानंतरच ते सटाण्यात परत आले.

३.६ ठेंगोडा न्यालालय :

सटाणा व मालेगाव परिसरात न्यायालय व्हावं अशी स्थानिक संस्थानिकांची जुनीच मागणी होती. त्यानुसार बागलाण आणि मालेगाव नाशिक जिल्ह्याला जोडले जाताच इसवी सन १८७० साली ठेंगोडा इथं नवीन न्यायालय मंजूर झालं. १८५० ला नाशिकला न्यायालय स्थापन झालं. १८६० साली येवला, पिपंळगाव बसवंत आणि सिन्नर इथं न्यायालये स्थापन केली गेली, तर १८७० साली मालेगाव व ठेंगोडा इथंही न्यायालयं आलीत. नाशिक जिल्ह्यात आता एकूण सहा न्यायालयं झाली होती. ठेंगोडासाठी कनिष्ठ न्यायाधीश नसल्यानं मामलेदार वाय. एम. भोसेकरांनाच काही काळासाठी प्रभारी कनिष्ठ न्यायाधीश म्हणून नेमण्यात आलं आणि बागलाणचे दोन जुने खटले या न्यायालयाकडे वर्ग करण्यात आले.

पैकी पहिला खटला हा करोली या डांगी संस्थानच्या हाफसिंग लालासिंग विरुध्द मुल्हेरचे देशमुख असा होता. किकवारी जहागिरीचा वाद या दोघांमध्ये होता. न्यायाधीश भोसेकर यांनी या खटल्याचा सखोल अभ्यास करुन व दोन्ही पक्षकारांचं म्हणणं ऐकून किकवारी या गावाचं विभाजन करण्याचं ठरवलं. एक किकवारीच्या दोन किकवाऱ्या निर्माण करण्याचा निकाल दिला. किकवारी खुर्द व किकवारी बुद्रुक असं विभाजन करुन दोघांना ती जहागिरी विभागून दिली.

दुसरा एक खटला होता, लोहणेरचे धनगर विरुध्द जहागिरदार दौलतमंदखान-मेहमूदखान. ह्या दोनशे वर्षं जुन्या वादाचा न्यायनिवाडाही न्यायाधीश भोसेकरांनी केला. वाद जुन्या काळापासून प्रलंबित असल्यानं त्यांना या खटल्यासाठीही सखोल अभ्यास करावा लागला. मेंढपाळीचा व्यवसाय करणाऱ्या गावातील सर्व पडीत जमिर्नींना मेंढपाळीसाठी करविरहीत जमिनीचा दर्जा देण्याचा निर्णय भोसेकरांनी दिला. आपल्या हातून अन्याय होईल असं काहीही न करता कमकुवत बाजू त्यांनी नीट समजावून घेऊन योग्य असंच न्यायदान केलं.

३.७ सांस्कृतिक- धार्मिक कामं :

सटाण्यातील पहिल्याच श्रावण महिन्यात भोसेकर मामलेदारांनी विविध धार्मिक कार्यक्रमाचं आयोजन केलं होतं. सटाण्यात सार्वजनिक रक्षाबंधन कार्यक्रम करण्यात आला. गोरगरीबांना राख्या बांधून त्यांच्यात बंधुभाव कसा रुजवण्यात येईल यावर त्यांनी भर दिला. श्रीमंत व गरीब यांच्यात कसा सलोखा राहील हा या रक्षाबंधनामागचा उद्देश होता. रक्षाबंधनाप्रमाणंच पुढं गोकुळ अष्टमीही सटाण्यात सार्वजनिक रुपात साजरी केली गेली.

अमळनेर, सिंदखेड्यापासूनच भोसेकरांचा परमार्थ सुरु होता. ते मामलेदार म्हणून जसे मोठे समजले जायचे तसं ते एक सात्विक- सोज्वळ माणूस म्हणून जनमानसात प्रसिध्द होते. त्यांच्याकडे काही दान मागितलं की मिळतं हे माहीत असल्यानं सटाण्यातही त्यांच्याकडं असे मागणारे याचक येऊ लागले होते. त्यात साधू, बैरागी, फकीर, गोसावी, पांथस्थ असे लोक त्यांच्या वाड्याभोवती गर्दी करीत. त्यांना जेवण, फराळ, खजूर, फळे, लाह्या, पीठ, तीळ, गूळ, खिचडी, तूप, वस्त्रे आदी मामलेदारांकडून मिळत असे. एखाद्या दिवशी मागणाऱ्यांची संख्या अचानक वाढली तरी सर्वांनाच शिधा मिळेल अशी तरतूद मामलेदार करत असत.

सटाण्याच्या मामलेदारांचं आचरण- वागणं सज्जन, परोपकारशील असल्यामुळं त्यांनी 'एक देव माणूस' म्हणून सर्वसामान्य लोकांच्या हृदयात स्थान मिळवलं होतं. श्रीमंत, शेट, सावकार यांच्याशीही मामलेदार नात्यानं चांगल्या संबंधांमुळं ते देव माणूस म्हणून ओळखले जाऊ लागले.

अशा त्यांच्या विशेष ख्यातीमुळं व अध्यात्मिक व्यक्तीमत्वामुळं त्यांच्याकडं शिक्षण, विवाह, संतती, असाध्य आजार आदी समस्यांसाठी- प्रश्न विचारण्यासाठी व सल्ला मागण्यासाठी लोक दूरदूरवरुन येऊ लागले होते. देव माणूस या नामाभिधानातून पुढं पुढं त्यांचा उल्लेख चार चौघांत होऊ लागला होता.

३.८ सामाजिक कामं :

मामलेदार या पदावर असल्यामुळं अनायासे सामाजिक कामं होत असतातच पण कार्यालयीन कामकाजात न मोडणारे आणि आपल्या पदाशी संबंध येत नाही असे अतिरिक्त अनेक सामाजिक कामंही त्यांच्या हातून होत होती. अशा कामांची दखल शासकीय पातळीवर घेतली जात नाही. उलट अशी कामं करणं म्हणजे शासकीय कामात अडथळा निर्माण होतो असं समजलं जातं. उदाहरणार्थ म्हणून उन्हाळ्यात भर दुपारी रस्त्यावरुन जाणाऱ्या अनवाणी वाटसरुला, त्याने जुन्या वहानांची मागणी करताच आपल्या स्वतःच्या पायातल्या चपला काढून त्याला देणं व स्वतः तापल्या रस्त्यावरुन अनवाणी पायांनी कार्यालयात जाणं.

एखाद्याची आर्थिक नड स्वतःच्या खिशातून भागवणं, वाटसरुंना- प्रवाशयांना- भुकेल्या लोकांना, रंजल्या गांजल्यांना आपल्या घरातलं जेवण देणं, त्यांची राहण्याची व्यवस्था करणं, अंथरायला- पांघरायला आणि नेसायलाही कपडे उपलब्ध करुन देणं. भूतदया म्हणून नव्हे तर एक मानवी सहृदयतेतून आजारी गाढवाची शुश्रूषा करणं. भेटीला येणाऱ्या लोकांच्या अडीअडचणी ऐकून त्यांच्या समस्या सोडवण्यासाठी व्यक्तीगत पातळीवर प्रयत्न करणं. वाट चुकलेल्या माणसाला योग्य मार्गदर्शन करणं. केवळ भाषणबाजी, उपदेश वजा प्रवचन, सत्संग असं देवाचं अवडंबर न माजवता प्रत्यक्ष कृतीवर भर देणं. अशी असंख्य सामाजिक कामं रोज भोसेकर मामलेदारांकडून होत होती.

३.९ कोरडा दुष्काळ :

भोसेकर मामलेदारांची बदली सटाण्याला झाली त्याच वर्षी बागलाणात भीषण दुष्काळ पडला. त्यांच्या कारकीर्दीतील हा पहिला दुष्काळ. १८६९-७० साली जून पासून वेळेवर पाऊस सुरु झाला. पेरण्याही वेळेवर झाल्या. पावसाळ्याच्या सुरुवातीला ठराविक अंतरानं पिकांसाठी योग्य पाऊस पडत होता मात्र सप्टेंबर महिण्यापासून पुढं पाऊस पडलाच नाही. तेव्हाचा बागलाण म्हणजे देवळा, कळवण, अभोणा, पेठ, सुरगाणा पर्यंतचा सगळा भाग हा बागलाण उपविभागात येत होता.

आदिवासी भागात लोक दुष्काळानं हैराण झाले होते. दुष्काळामुळं दरोडे पडू लागले. या दुष्काळासाठी भोसेकर मामलेदारांनी नवीन फंड काढायची परवानगी कलेक्टरांकडे मागितली. ती परवानगी मिळताच तगाई फंडासाठी श्रीमंत शेतकरी, शेट, सावकार यांच्याकडून फंड गोळा होऊ लागला. या फंडातून आदिवासी भागात अन्नछत्रं उघडली गेलीत.

दुष्काळात आदिवासी, ग्रामीण लोकांना रोजगार उपलब्ध करण्यासाठी भोसेकर मामलेदारांनी अनेक कामं काढलीत : घाटातले जे पाय रस्ते होते ते घाट फोडून बैलगाडी जाईल असे रुंद रस्ते तयार करणं, जंगलातील जुनी सागाची झाडं तोडून इमारतीसाठी लाकडं तयार करणं, नव्या जंगलाची लागवड करणं, शेतीसाठी प्रोत्साहन देणं, शेतसारा माफ करणं, कच्चे रस्ते पक्के करणं, सार्वजनिक विहिरी खोदणं व बांधणं. पाट दुरुस्ती, नवीन बंधाऱ्यांचा सर्वे अशा प्रकारची अनेक कामं करवून लोकांना रोजगार उपलब्ध करुन दिला.

बागलाण उपविभागातील सावकार, जमिनदार, जहागिरदार, इनामदार, सरकारी तनखेदार- सरंजामदार, वतनदार आदींना मामलेदारांनी पत्रं लिहिलीत. जमीनदार कुळांकडून आपल्या जमिनी परत घेऊ लागलेत असं समजल्यामुळं

त्यांनी पत्रं लिहिलीत. पत्रांचा आशय असा होता: *जमिनदारांनी कुळांकडून शेतजमीनी परत घेण्याचं काम बंद करावं. कुळांनाच जमिनी कसू द्या. अन्यथा कडक कारवाईला सामोरं जावं लागेल.* या पत्रांचा ताबडतोब चांगला परिणाम दिसू लागला.

सारा वसूली नोटीसाही मामलेदारांनी या पत्रांपाठोपाठ पाठवल्या. त्या नोटीसांचा आशय असा होता: *आपल्यापैकी बऱ्याच जणांनी जमीन महसुलाचा भरणा केलेला नाही. तो त्वरीत भरावा, म्हणजे शासनाला प्रगतीची कामं करता येतील. अन्यथा कठोर कारवाई केली जाईल. उदाहरणार्थ, आपलं मानधन थांबवणं, शेतसारा सूट दिलेला आहे तो मागं घेणं, विविध परवान्यांचं नुतनीकरण होणार नाही इत्यादी. तरी नोटीस मिळताच सारा भरावा.*

या नोटीशीचाही चांगला परिणाम झाला आणि जमिनदार आपला सारा भरु लागले.

३.१० चणकापूर धरण :

भोसेकर मामलेदार यांच्याच काळात चणकापूर धरण बांधण्याचा आराखडा ब्रिटीश राजवटीनं तयार केला होता. धरणाच्या आराखड्यासाठी अनेक तंत्रज्ञ चणकापूर परिसरात तंबू ठोकून मोजमापाचं काम करु लागले. या सर्व टीममध्ये ब्रिटीश अधिकारी, मोठमोठी नवी यंत्रसामग्री, घोड्यांचा ताफा, संरक्षणासाठी पोलीसदल आणि घोडेस्वार सैनिक पाहून स्थानिक लोक नवल करु लागले. आजूबाजूला सगळे भील व कोकणा आदिवासी लोक रहायचे. इथं धरण बांधलं तर चणकापूर हे गाव पाण्याखाली जाईल असा चणकापूरच्या काही ग्रामस्थ लोकांचा समज झाला होता. यावर उलट सुलट चर्चा होऊ लागल्या.

या आधी जिथं जिथं कुठं धरणं बांधली गेलीत तिथं धरणाच्या भिंतीत अनेक लहान मुलांना आणि मोठ्या माणसांनाही बळी दिलं गेलं अशा अफवा स्थानिक आदिवासी बांधवात पसरल्या होत्या. बांधकाम टिकावं आणि बांध पुरामुळं वाहून जाऊ नये म्हणून धरणाच्या बांधात जिवंत लोकांना बळी दिलं जातं असा लोकसमज होता. जेवढं मोठं धरण बांधायचं असतं तेवढ्या जास्त लोकांचा धरणाच्या बांधामध्ये बळी दिला जातो असाही लोकसमज होता. म्हणून या आदिवासी बांधवांनी अभोणा येथील आपली राणीमाँ यांची भेट घ्यायचं ठरवलं. अभोणा संस्थानात कृष्णाबाई देविसिंग ठोके या राणीमाँची सत्ता होती. लोकांनी राणीमाँकडं येऊन आपलं गाऱ्हाणं मांडलं.

राणीमाँनी लोकांची गाऱ्हानी ऐकून या धरणाला विरोध करायचं ठरवलं. पण ब्रिटीशांना सांगून उपयोग होणार नाही हे माहीत असल्यामुळं जिथं सर्व सुरु

होता त्या कर्मचाऱ्यांवर हल्ला करुन त्यांना पिटाळून लावण्याचं ठरवलं गेलं. या आंदोलनाची बातमी शासनाला आधीच कळली. ही बातमी मामलेदार म्हणून भोसेकरांना कळवली गेली. आधी पोलीस बंदोबस्त तैनात करुन हल्लेखोरांना तिथून पिटाळलं गेलं. स्थानिक रहिवाश्यांचा हल्ला आधी परतून लावल्यानंतर भोसेकर मामलेदारांनी अभोणा इथं जाऊन कृष्णाबाई ठोके या राणीमाँची भेट घेतली. त्यांना या धरणाची महती सांगितली व बळी वगैरेच्या समजूती खोट्या असल्याचं पटवून दिलं. तसंच चणकापूर गाव पाण्याखाली जाणार नाही याचीही शाश्वती दिली. मग राणीमाँनी आदिवासींना शांत केलं आणि नियोजित धरणाचं बांधकाम सुरु झालं.

या गोष्टीला म्हणजे चणकापूर धरण बांधायला आज जवळजवळ दीडशे वर्षे होत आलीत. तरीही आज कळवण, देवळा, सटाणा आणि मालेगाव ह्या चार गावांसहीत पन्नास ते साठ गावं चणकापूर धरणाच्या पाण्यानेच आपली तहान भागवतात. आजही ऐशी टक्के पिण्याचं पाणी हे धरण पुरवतं ही वस्तुस्थिती आहे. दीडशे वर्षानंतरसुध्दा पिण्याच्या पाण्याचे अन्य स्त्रोत आपल्याला या भागात निर्माण करता आले नाहीत ही आपल्यासाठी लज्जास्पद गोष्ट आहे. त्यावेळी स्थानिक लोकांच्या अज्ञानाच्या आंदोलनासमोर नांगी टाकून हे धरण बांधणं रद्द झालं असतं तर आजच्या आपल्या तहानेचं काय झालं असतं हा विचारही आपण करुन पाहू. हे धरण त्यावेळी झालं नसतं तर आज पिण्याच्या पाण्याच्या प्रश्नानं इथं किती उग्र रुप धारण केलं असतं याची कल्पनाच केलेली बरी.

भोसेकर मामलेदारांनी घेतलेल्या पुढाकारामुळं व दाखवलेल्या मुरब्बीपणामुळं अभोण्याच्या राणीमाँनी त्यावेळी चणकापूर आंदोलन मागं घेतलं होतं. म्हणून या धरणामागं भोसेकर मामलेदार यांचंही मोठं योगदान आहे. शेवटी, दीडशे वर्षानंतरही अजून पाण्याच्या साठवणीसाठी आपण काही केलं नसलं तरी यापुढील भविष्यासाठी आपण आजही दूरदृष्टी दाखवत पाण्याचे अन्य साठे निर्माण करायला कोणतीही उपाययोजना आखत नाहीत, याकडं लक्ष वेधू इच्छितो.

३.११ ओला दुष्काळ :

इसवी सन १८७२ च्या पावसाळ्यात पाऊस वेळेवर सुरु झाला. पहिले दोन पाऊस झाल्यावर जमीन शांत झाली आणि शेतकऱ्यांनी खरीपाच्या पेरण्या केल्या. शेतांमध्ये बाजरी आणि इतर पिके उगवली. ठराविक अंतराने शेतीला पाहिजे तसा पाऊस पडू लागल्यामुळं पिकं शेतात डोलू लागली होती. शेतकरी आनंदात होता. पण सप्टेंबर महिना उजाडला आणि दोनच दिवसात प्रचंड पाऊस आणि अचानक आलेला महापूर अशा ओल्या दुष्काळाने बागलाणात होत्याचं नव्हतं करुन टाकलं.

शुक्रवार दिनांक १३ सप्टेंबर १८७२ चा तो दिवस होता. रात्री उशीरा सुमारे दहा-अकरा वाजेपासून मुसळधार पाऊस सुरु झाला. ह्या पावसाची सततधार १५ सप्टेंबरच्या दुपारपर्यंत म्हणजे सलग दोन दिवस सुरु होती. सुमारे छत्तीस तास सलगपणे मुसळधार पाऊस कोसळत होता. परिणामी गिरणा, मोसम, आरम यांच्यासहीत सगळ्याच लहान मोठ्या नद्यां - नाल्यांना महापूर आले.

आपल्या डोळ्यांसमक्ष नद्यांतून गायी, गुरं, ढोरं आणि अनेकांचे संसार वाहून जाताना लोक बघत होते. मामलेदार भोसेकर यांची कचेरी आरम नदीच्या काठावरच होती. कचेरीतही पाणी आलं होतं. हा सगळा हाहाकार त्यांच्यानं बघवत नव्हता. काय करावं त्यांना सुचत नव्हतं. आणि अशा दुर्गम भागात तातडीनं काही करता येईल अशाही काही हालचाली करता येण्यासारखेंनव्हतं. असहाय्यपणं परिस्थितीवर नजर ठेवणं एवढंच त्यांच्या हातात होतं.

दोन तीन दिवसांनी पूर ओसरला. मामलेदारांनी तातडीने कलेक्टरांना कळवलं. काही दिवसातच पंचेनामे व सर्वे सुरु झाला. कलेक्टर- प्रांत यांच्या काही कर्मचाऱ्यांसोबत सटाणा मामलेदार कचेरीतील सर्व कर्मचारी वर्ग हा सर्वे तयार करण्यासाठी रोज राबत होता. या सर्वेतून शासकीय आकडेवारी नुसार बागलाणातील नुकसान खालील प्रमाणे झालं होतं.

१२८ गावांना महापुराचा जबर फटका बसला होता.

५९ माणसं वाहून गेलीत.

३०० जनावरं वाहून गेलीत.

३०० घरांची पडझड झाली.

१२०० घरं पूर्णपणे उध्वस्त झालीत.

७०६८ एकर जमीनीतील पिकं वाहून गेलीत.

१३५० एकर जमिनी कायमच्या नापेर झाल्या.

बागलाणातील तीनही नद्यांवरील सगळे बंधारे वाहून गेले होते. बेघर झालेले गरीब लोक, ज्यांची शेती वाहून गेली असे शेतकरी अन्नान दशेने सरकारकडे मदतीच्या याचनेसाठी सटाण्याकडं धाव घेऊ लागले. बागलाण तालुक्यातील खेड्यापाड्यातून आलेले लोक सटाणा शहरात मामलेदार कचेरीसमोर गर्दी करु लागले. सटाणा आरमनदी आणि सुकेडनाला यांच्या संगमावर या महापूर पिडित लोकांची गर्दी बसवण्यात आली. ही गर्दी दिवसेंदिवस वाढत होती.

देव मामलेदारांनी नाशिक कलेक्टरकडे तात्काळ मदत मागितली. काही प्रमाणात मदत मिळाली आणि विशिष्ट रक्कम खर्च करायची परवानगीही मिळाली. पण ती रक्कम नुकसानाच्या मानाने खूपच कमी होती. अजून निधी

मिळावा म्हणून देव मामलेदार प्रयत्न करत होते. नाशिक कलेक्टरांकडून निधी उपलब्ध होत नाही असं लक्षात येताच देव मामलेदारांनी खानदेश राईस फंडाकडून मदत मिळवण्याचा प्रयत्न केला. फक्त तीन वर्षांपूर्वी सटाणा उपविभाग खानदेशातून नाशिकला जोडला गेला होता. तोपर्यंत बागलाण हा खानदेशचाच एक अविभाज्य भाग होता. म्हणून तीन वर्षांपूर्वीपर्यंतच्या या फंडात सटाणा उपविभागाचाही सारा जमा होत होता. या मुद्द्यावर आपण मदत मागू शकतो हे त्यांच्या लक्षात आल्यानं त्यांनी तसा प्रयत्न सुरु केला. गिरणा, मोसम, आरम या नद्या जशा बागलाणवाहिन्या आहेत तशाच त्या खानदेशवाहिन्या सुध्दा आहेत. या नद्यांच्या खोऱ्यातील जसे खानदेशचे नुकसान झालं तसं बागलाणातही झालं. या दोन प्रमुख युक्तीवादावर त्यांनी मदत मागून पाहिली आणि अनेक खेटे घालून- पत्रे लिहून मदत मिळवण्याचा पाठपुरावा करुन पाहिला.

मात्र खानदेश राईस फंडाकडून आधी टोलवाटोलवी आणि नंतर मदतीचा स्पष्ट नकार मिळाला. नाशिक कलेक्टरकडूनही आवश्यक इतकी मदत मिळत नव्हती.

त्यातच अभोणा इथं सुरु असलेले अन्नछत्र कोणतीही आर्थिक आवक होत नसल्यामुळं बंद पडलं. अन्नछत्र बंद पडताच तिथं दोन भूकबळी गेले. अशा आनिबाणीच्या वेळी काय करावं हे मामलेदारांना सुचत नव्हतं.

३.१२ सरकारी खजिना वाटप :

भुकेने लोक मरताहेत आणि आपण काहीच करु शकत नाहीत ही हताशता भोसेकरांना अस्वस्थ करत होती. आपण हतबल आहोत असं विचारचक्र मामलेदाराच्या मनात सुरु होतं. काही लोक अर्धपोटी जगताहेत, काही उपाशी पोटी राहताहेत, काही जिवाला मुकताहेत आणि आमची सरकारी तिजोरी मात्र भरलेली आहे. ह्या लोकांना या भरलेल्या तिजोरीचा काय उपयोग. लोकांचे प्राण महत्वाचे आहेत की हा सरकारी खजिना राखणं महत्वाचं. जितेजागती माणसं सर्वत्र अन्नावाचून तडफडताहेत आणि माझ्या कार्यालयातील तिजोरीत इतके पैसे. एकीकडे भुकेले लोक, दुसरीकडे ही पैशांची तिजोरी आणि मध्ये मी. मी काय करायला हवं या तिजोरीचं? हा प्रश्न मामलेदारांनी स्वतःला विचारला आणि आतून जे उत्तर आलं त्या उत्तराला अनुसरत ते आपल्या जागेवरुन कडकन उठले.

सटाणा आणि अभोणा येथील मिशनऱ्यांनी अन्नछत्रासाठी काही खर्च केला होता. त्यामुळं मामलेदारांकडून म्हणजेच शासनाकडून काही मदत मिळाली नाही तरी या अन्नछत्रातून बागलाणातले गरीब लोक जेवत होते. या मिशनरीला बोलवण्यासाठी त्यांनी शिपायाला पाठवलं. मिशनरी फादर डी. जे. जोन्स येताच

त्यांना त्यांनी बसायला सांगितलं.

खजिनदाराकडून मामलेदारांनी तिजोरीच्या (ट्रेझरी) चाव्या मागून घेतल्या. हातात चाव्या मिळताच ते तिजोरीजवळ आले आणि हातातल्या चावीने ट्रेझरी उघडून त्यांनी तिजोरीतून वीस हजार रुपये काढले. अन्नछत्रात मिशनऱ्यांनी बागलाणच्या उपाशी लोकांना थारा देऊन जेवण दिलं त्यासाठी अल्पशी मदत म्हणून वीस हजार रुपये त्यांना देऊ केले आणि यापुढंही ही अन्नछत्रं सुरु ठेवावीत अशी त्यांना विनंती केली. शासनाकडून अशी काही आर्थिक तरतूद झाली असेल असं वाटल्यामुळं फादर जोन्स नावाच्या मिशनरीने ते वीस हजार रुपये स्वीकारले.

नंतर मामलेदारांनी आपल्या खांद्यावरील उपरण्यात जेवढे पैसे घेता येतील तेवढे घेतले आणि तिजोरी बंद करुन ते कचेरी बाहेर आले. मामलेदार दिसताच जे काही लोक बाहेर उपाशीतापाशी उभे होते त्यांनी हात जोडून मामलेदारांना नमस्कार केला. त्या लोकांना त्यांनी मुठी मुठीने पैसे दिले. उपाशी तापाशी दिसेल त्या माणसाला त्यांनी रोख रक्कम वाटायला सरुवात केली. त्यांच्या हाताखालचे कर्मचारी आणि खजिनदार हे दृश्य आवाक होऊन बघत होतं. मामलेदारांनी शिपायाला बोलावलं आणि त्याला सांगितलं की, '*जे कोणी उपाशी तापाशी लोक दिसतील त्यांना बोलवून घ्या.*' कर्णोपकर्णी भोसेकर मामलेदार पैसे वाटत असल्याचं गावात समजताच पैसे घ्यायला लोक जमू लागले. माणसांची रीघ लागली. मामलेदार कचेरी समोर प्रंचड लोक जमले.

उपरण्यातले पैसे संपताच मामलेदार पुन्हा तिजोरीजवळ आले आणि पुन्हा पैसे काढून वाटू लागले. पैसे घेणाऱ्यांची गर्दी होऊ लागली. सर्व तिजोरी रिक्त होईपर्यंत हे पैसे वाटण्याचं काम सुरु होतं. सगळी तिजोरी रिक्त झाल्यावरच ते थांबलं.

नाशिक कलेक्टरकडून मदत येत नव्हती आणि खानदेश राइस फंडातील वाटाही मिळत नव्हता ह्या हताशतेने त्यांनी हे पाऊल उचललं होतं. असं केल्यानं झोपण्याचं सोंग घेतलेलं ब्रिटीश सरकार जागं होईल व दुष्काळग्रस्तांसाठी काहीतरी करेल असं त्यांना आतून वाटत होतं. वाटलेली संपूर्ण रक्कम ही १,२७,००० (एक लाख सत्तावीस हजार) इतकी होती, हे मामलेदारांना माहीत होतं. सुमारे दीडशे वर्षापूर्वीची ही रक्कम म्हणजे आजचे काही कोटी रुपये असतील.

रोख रक्कम वाटण्याच्या एक दिवस आधीपर्यंत सरकारी गोडाऊनमधील सर्व धान्य अन्नछत्रात त्यांनी थोडं थोडं करत आधीच वाटून टाकलं होतं. अनेक लोकांना त्या अन्नाचं जेवण बनवून दिलं होतं. तिजोरीतले सर्व पैसे वाटून झाल्यावर त्यांनी नाशिक कलेक्टर यांना पत्र लिहायला घेतलं. कारण भावनेच्या

भरात पैसे वाटले तरी आता एक अधिकारी म्हणून त्याचं स्पष्टीकरण करणं अगत्याचं होतं. हातात कागद, पेन घेऊन ते स्वतः कागदावर लिहू लागले:

मा. कलेक्टर सो., नाशिक

मी बागलाण मामलेदार वाय. एम. भोसेकर आपल्याला कळवू इच्छितो, की बागलाणातील गरीब जनतेला उपाशी पाहून मला राहवलं गेलं नाही अणि म्हणून आपला सरकारी खजिना माझ्या हातून गोरगरीबांना वाटला गेला आहे. पैकी २०,००० हजार रुपये ख्रिश्चन मिशनरी फादर जोन्स यांना दिले. बऱ्याच दिवसापासून ते दुष्काळग्रस्तांसाठी अन्नछत्रं चालवत आहेत. त्यांना अल्पशी मदत म्हणून मी हे पैसे दिले. माझ्यापुढे या लोकांना वाचवण्याचा दुसरा कोणताही तरणोपाय शिल्लक न राहिल्यानं मी खजिन्यातील पैसे वाटण्याचा निर्णय घेतला, हे ही आपल्याला तातडीनं कळवीत आहे. या तिजोरीत एकूण एक लाख सत्तावीस हजार इतकी रक्कम होती. तरी कृपया मेहरबान साहेबांनी या रकमेला दुष्काळग्रस्त रक्कम म्हणून खर्चायला पोस्ट फॅक्ट परवानगी द्यावी ही विनंती.

आपला विश्वासू,

वाय. एम. भोसेकर,

मामलेदार, बागलाण.

हे पत्र महालकऱ्याकडं देऊन मामलेदारांनी त्यांना नाशिक कलेक्टरांकडं घोड्यानं पाठवलं. महालकरी नाशिककडं रवाना होताच मामलेदारांनी बागलाणातील प्रमुख सावकार, जमीनदार, शेट, पेठच्या बेगम यांना निरोप देऊन सटाण्याला बोलवून घेतलं. दुष्काळग्रस्तांसाठी माझ्याकडून सरकारी पैसा वाटला गेला म्हणून कदाचित हा पैसा पुन्हा उभा करावा लागेल असंही या निरोपात स्पष्ट म्हटलं होतं. आपण केलं ते ब्रिटीश शासनाच्या दृष्टीकोनातून भयानक आहे, याची जाणीव मामलेदारांना होती.

पत्र घेऊन महालकरी नाशिक कलेक्टर ऑफिसला पोचले. पत्र वाचून कलेक्टर एच एन एस्कार्ईन उडालेच. त्यांचे प्रांत असलेले कनिष्ठ सहकारी बाळकृष्ण यांच्यांशी चर्चा करून त्यांनी त्यांना तात्काळ सटाण्याला तपासाला पाठवलं. भोसेकरांकडून नियमबाह्य वागण्याचा- ओव्हररुलींगचा अपराध घडला होता. या अपराधाचा पंचनामा करून तातडीनं अहवाल पाठवावा असं बाळकृष्णांना सांगितलं गेलं. तुमचा अहवाल येताच मी स्वतः सटाण्याला येतो असं त्यांनी बाळकृष्णांना बजावलं.

बाळकृष्ण आपल्या लवाजम्यानिशी सटाण्याला आले. सटाण्याच्या बाहेर बांधलेल्या इन्स्पेक्शन बंगल्यात ते उतरले अणि लागलीच मामलेदारांना

भेटायला बोलवण्यात आलं. मामलेदार बंगल्याकडं जाऊ लागताच त्यांच्या सोबत बराच मोठा जनसमुदाय जमा झाला. सटाण्याचा देव माणूस मामलेदार आता जनतेसाठी देव झाले होते. देव मामलेदार म्हणून त्यांच्या नावाचा जयजयकारही झाला. निरोप गेलेले अनेक शेट- सावकार व जमिनदारही सटाण्याला शक्य असेल तेवढ्या रोख रकमेसह हजर होत होते.

बाळकृष्ण या प्रांत साहेबांची भेट होताच मामलेदारांनी प्रांतसाहेबांना विनंती केली, की मी एक दोन दिवसात पैसे जमा करुन खजिन्यात भरतो. मला तेवढी मुदत द्यावी. बाहेर लोकांची गर्दी झाली होती. इन्स्पेक्शन बंगल्याभोवती व रस्त्यावर माणसांचा मोठा जमाव झाला होता. तिजोरीतले पैसे वाटण्याची घटना सर्वत्र वाऱ्यासारखी पसरल्यामुळं मामलेदार आता लोकांचे झाले होते- लोकप्रिय झाले होते. गावकऱ्यांमुळं वेळ सरकत होता. गावकरी मामलेदारांकडून असल्यामुळं प्रांतांना जास्त कडक कारवाई करता येत नसावी. मामलेदारांनी जी दोन दिवसाची मुदत मागितली ती नाइलाजाने प्रांतांना द्यावी लागली.

मामलेदारांची भेट झाल्यानंतर स्थानिक अठरा जणांचे जाब जबाब प्रांतांनी यावेळी नोंदवले. त्यात २०,००० रुपये मिळालेल्या ख्रिश्चन मिशनरी फादर जोन्स यांचाही जबाब होता. २०,००० रुपये आपल्याला अन्नछत्रासाठी मामलेदारांकडून मिळाले हे त्यांनी जबाबात सांगितलं होतं.

बाळकृष्णांनी घडलेल्या घटनेचा अहवाल पाठविल्यानंतर खजिना तपासण्यासाठी दोन-तीन दिवसांनी नाशिकचे कलेक्टर एच. एन. एस्कॉईन स्वतः सटाण्याला येणार असल्याचा निरोप आला.

बाळकृष्ण यांनी दिलेली दोन दिवस मुदत आणि कलेक्टर त्यानंतर तीन दिवसांनी सटाण्याला येणार होते, यामुळं सटाण्याच्या लोकांना कमीतकमी पाच दिवस पैसे जमवायला अवधी मिळाला.

लोहणेरचे यशवंत देशमुख यांनी पुढाकार घेऊन लोकांकडून पैसे जमवायला सरुवात केली. हा सरकारी पैसा भरुन देण्यासाठी अनेकांनी मदत पाठविली होती:

पेठ संस्थानच्या बेगम नूरजहाँ लक्षदीर दलपतराय दळवी यांची सर्वात मोठी मदत आली होती. फादर डी. जे. जोन्स यांनीही मामलेदारांकडून घेतलेले वीस हजार रुपये परत केले. या व्यतिरिक्त मदत देणारे स्वतः यशंतराव देशमुख, सटाण्याचे कृष्णा शेट बागड, गोपाळ पंडीत, कुऱ्हा पाटील, विठ्ठल आप्पा सोनवणे, गाढवीचे फत्तेसिंग कुवर, करोलीचे हाफसिंग लालसिंग, पाटणचे सत्रा पाटील, कनाशीचे औंढेकर इनामदार, चांदोरीचे भास्करराव व्यंकटेश हिंगणे, नामपूरचे कृष्णा भागवत अलई, मुल्हेरचे विष्णुदास महाराज, विंचूरचे रघुनाथराव

विठ्ठल विंचूरकर, धुळ्याचे श्यामराव बापूराव गरुड, नृसिंह रणसिंग, सुरगाण्याचे शंकरराव देशमुख, बेजचे अमृतराव नाईकढोर, जायखेड्याचे रंगराव सहस्त्रबुध्दे, वाडी पिसोळचे लक्ष्मण त्र्यंबक वाणी, सोमपूरचे निळकंठ तेंडुलकर व शिवराम साखळकर, अभोण्याच्या कृष्णाबाई देवसिंग ठोके, तांदुळवाडीचे महादेव कृष्णा भामरे, पिंपळनेरचे रामचंद्र गद्रे, सीताराम फडके, तुळ्या नाईक आणि असे बरेच लोक मामलेदारांनी रिता केलेला खजिना भरण्यासाठी मदत घेऊन आलेले होते आणि आपापली मदत ते यशवंत देशमुख यांच्याकडे जमा करत होते.

दरम्यान देव मामलेदारांना विनंती करून खजिनदाराने खजिन्याची चावी आपल्याकडे मागून घेतली होती. दोन दिवसाच्या या मुदतीत पेठच्या बेगमेसह अनेक लोक सरकारी पैसे भरुन देण्यासाठी पुढे आले होते. काही शक्य असेल तेवढ्या रकमेसह सटाण्याला स्वतः आले होते तर काहींनी हस्ते परहस्ते पैसे पाठवले होते. पैसे जमा करणाऱ्या काही निवडक लोकांनी आपल्यासोबत आणलेले पैसे एकत्र करून तिजोरील्या रकमेइतकी रक्कम जमा केली असावी. खजिनदाराडून चावी घेऊन ही रक्कम तिजोरीत ठेऊन पुन्हा तिजोरी बंद करुन चावी खजिनदाराकडे देण्यात आली असावी, असं तात्कालीन उपोद्बलक पुराव्यांनी लक्षात येतं. या कामात स्वतः खजिनदारालाही विश्वासात घेतलं असावं. मात्र याचा काहीही सुगावा भोसेकर मामलेदार यांना लागू दिला नसावा. तिजोरीत पैसे ठेवण्याची घटना मामलेदार यांना अंधारात ठेऊनच केली गेली असावी.

या मागचं कारण एकच की तिजोरीतला पैसा वाटला असं भोसेकर मामलेदार म्हणत असले तरी त्यांनी तिजोरीतला पैसा वाटलाच नाही असं पंचनाम्यात दाखवायचं असावं. तिजोरीतली सरकारी रक्कम जशीच्यातशी आहे आणि ती रक्कम सरकारला मिळाली की भोसेकर मामलेदारांवर जी कारवाई होणार आहे ती होणार नाही. त्यांना तुरुंगात जावं लागणार नाही. ते नोकरीतून बडतर्फ होणार नाहीत या चांगल्या हेतूनं लोकांनी हे काम केलं असावं.

ठरल्याप्रमाणे कलेक्टर या घटनेनंतर पाच सहा दिवसांनी सटाण्याला आले. या सगळ्या घडामोडी एक आठवडाभर सुरु होत्या. कलेक्टर प्रांतासह सटाणा गावात मामलेदार कचेरीत आले. त्यांच्या मागे लोकांची गर्दी होतीच. कलेक्टर आणि प्रांत यांनी मामलेदार कचेरीत येताच मध्ये वेळ न दवडता ते तिजोरीजवळ आले. खजिनदाराकडून तिजोरीची चावी घेतली. सोबत काही साक्षीदार होते. त्या सगळ्यांसमक्ष तिजोरी उघडली तर ती पैशांनी जशीच्या तशी भरलेली दिसली.

तिजोरीतील रक्कम जशीच्या तशी पाहून कलेक्टर आणि प्रांतासह साक्षीदारांनाही आश्चर्य वाटलं. पैसे मोजण्याचं काम सुरु झालं. पैशांची पूर्ण मोजणी झाल्यावर जेवढे पैसे तिजोरीत असल्याची सरकारी नोंद होती तेवढी रक्कम बरोबर भरली.

पैसे मोजले जात असताना मात्र बाहेर बातमी फुटली की तिजोरीतील रक्कम जशीच्या तशी निघाली आणि या घटनेकडे दैवी चमत्कार म्हणून पाहिलं गेलं. हा यशवंतराव भोसेकर मामलेदारांचा चमत्कार कर्णोपकर्णी झाला. तो दिवसेंदिवस वाढू लागला. त्यांच्या परोपकारी वागण्यानं लोक त्यांना या आधी देव माणूस म्हणायचेच. आता ते या चमत्काराने देव माणसाचे देव मामलेदार झाले. जनमानसात आता ते खरोखरचे देव झाले होते.

दरम्यान सोमपूर येथील निळकंठ तेंडुलकर आणि शिवराम साखळकर यांनी त्यांच्या प्रिटींगप्रेसमधून छापल्या जाणाऱ्या मनोहर नावाच्या मासिकात या खजिना वाटण्याच्या घटनेला ठळक बातमी देऊन प्रसिध्दी दिली. त्या बातमीचा मथळा होता: *दामाजीपंतांचा दुसरा अवतार बागलाणात प्रकटला.* (आणि त्यानंतर तिजोरी दैवी चमत्काराने भरली हे ही या मासिकात छापून आल्यामुळं ही घटना सार्वत्रिक झाली.)

सरकारी पैसा सुरक्षित मिळाला आणि स्थानिक रहिवाश्यांच्या मामलेदार प्रती असलेल्या प्रेमभावना समजून घेऊन मामलेदारांवर खटला भरला जाऊ नये म्हणून प्रांत बाळकृष्ण यांनी व्यवस्थित अहवाल तयार करुन कलेक्टर यांना सादर करायचं ठरवलं. पण काही दिवसांनी या दैवी चमत्काराला फादर जोन्स यांनी आव्हान दिलं.

या आव्हानामागचं कारण मात्र ख्रिश्चन धर्मप्रसाराला बाधा येईल की काय या भीतीमुळं होतं. फादर जोन्स हे जसे ख्रिश्चन मिशनरी होते तसे प्रांत बाळकृष्ण हे ही धर्मांतर केलेले ख्रिश्चन धर्मीय होते. आता प्रश्न फक्त मामलेदारांना नोकरीतून वाचवण्याचा राहिला नव्हता तर मामलेदारांना वाचवल्यामुळं एक दैवी चमत्कार लोकांमध्ये फोफावला गेला होता. मामलेदारांची नोकरी वाचावी, त्यांच्यावर गुन्हा दाखल होऊ नये यासाठी प्रांत बाळकृष्ण आणि फादर जोन्स यांनी आतापर्यंत लोकांना साथ दिली होती. पण या घटनेमुळं मामलेदार देव झाल्याचं पाहून त्यांना वाईट वाटू लागलं. मामलेदार देव असल्याचं सर्वसामान्य लोक समजू लागल्यामुळं ख्रिश्चन धर्म प्रसाराला बाधा येईल या भीतीतून त्यांनी ही सर्व फसवणूक व धूळफेक असल्याचं लेखी नाशिक कलेक्टर यांना पाठविलं. या सगळ्या गोष्टींना प्रांत बाळकृष्ण यांचाही पाठींबा होता. आधी दिलेली साक्ष फादर

जोन्स यांनी फिरवली. भोसेकर मामलेदारांना वाचवणं म्हणजे त्यांना अप्रत्यक्षपणे देवपण दिलं जाणं आणि लोकांमध्ये ते देव म्हणून मिरवलं जाणं हे जोन्स यांना आवडलं नाही. शेवटी या सगळ्या राजकीय कपट कारस्थानांमुळं देव मामलेदार निलंबीत झाले.

३.१३ निलंबन :

शेवटी व्हायचं होतं तेच झालं. वाय. एम. भोसेकर मामलेदारांना ब्रिटीश सरकारनं बरखास्त करायचं ठरवून त्यांना नोकरीतून निलंबीत करण्याचं पत्र कलेक्टरकडून मिळालं. त्यांच्या निलंबनाच्या काळात चौकशी पूर्ण होईपर्यंत त्यांचं हेडक्वार्टर येवला राहील असं पत्रात नमूद करण्यात आलं होतं. ब्रिटीशांच्या राज्यकारभाराच्या कुट नीतीनियमानुसारच हे होतं. कोणत्याही त्रासदायक कर्मचाऱ्याला, राजकीय नेत्याला वा संस्थानिकांची चौकशी करायची झाली तर स्थानिक हस्तक्षेप होऊ नये म्हणून त्यांना दूर कुठंतरी ठेवलं जाई. स्वातंत्र्यवीर सावरकरांना रत्नागिरीत स्थानबध्द केलं होतं. ब्रम्हदेशाच्या राजालाही रत्नागिरीला ठेवण्यात आलं होतं. 1818 साली पेशवाई बरखास्त करुन दुसऱ्या बाजीरावाला पुण्याहून हलवून कानपूर जवळच्या विठूरला ठेवण्यात आलं होतं. याच ब्रिटीश नियमानुसार भोसेकर मामलेदारांना निलंबनाच्या काळात चौकशीसाठी सटाण्याहून येवल्याला हलवण्याचा निर्णय घेण्यात आला होता.

त्यानंतर लागलीच सरकारी तांगा, सोबत २ घोडेस्वार व पोलीस बंदोबस्तात देव मामलेदारांना येवल्यात हलवलं गेलं. नियमांचं पालन करण्यासाठी सटाण्याहून देव मामलेदार येवला इथं गेले. त्यांच्या येवला जाण्याच्या वेळी सटाण्यातील लोकांनी सद्गतीत होऊन आपल्या भावना प्रकट केल्या. येवल्याला जाताच भोसेकरांनी पुणे येथील कमिशनर यांना स्वसंरक्षणार्थ पत्र लिहिलं. त्या पत्राचा सारांश असा होता:

मा. कमिशनर साहेब, पुणे

महाशय,

मी यशवंत महादेव भोसेकर, निलंबीत मामलेदार, बागलाण शपथपूर्वक लिहून देतो, की मी बागलाण मामलेदार पदावर असताना माझ्याकडून अधिकारांचं उल्लंघन झालं हे खरं आहे. तथापि, सरकारी पैशांचा अपहार वा गैरवापर हा जो माझ्यावर आरोप ठेवला गेला तो सर्वस्वी चुकीचा असून मला तो मान्य नाही.

प्रशासनाच्या बाजूनं मी दोषी दिसत असलो तरी आणि मी मामलेदार पदावर रुजू होताना दिलेल्या शपथनाम्याचं पालन केलं नाही हे ही सत्य असलं तरी मी त्यावेळी परिस्थितीशरण होतो, ही गोष्ट लक्षात घ्यावी ही नम्र विनंती. या विशिष्ट

परिस्थितीमुळं प्रसंगावधान सांभाळत मला हा नियमबाह्य मार्ग पत्करावा लागला.

बागलाण या अतिदुर्गम भागात महापुरानं थैमान घालत अस्मानी संकट उभं केलं नसतं तर माझ्या हातून ही चूक घडली नसती. गिरणा- मोसम- आरम आणि त्यांच्या उपनद्यांच्या खोऱ्यांत प्रचंड प्रमाणात मनुष्यप्राणहानी झाली. उभी शेतं, गुरं, घरं, घरातील साहित्य, अनेक गरीबांचे पूर्ण संसार पुरात वाहून गेले. कधीही न भरुन निघणारी प्रचंड आर्थिक हानीही झाली. खानदेश राईस फंडातून निधी मिळविण्याचा आटोकाट प्रयत्न करुनही तेथील निधी बागलाणला दिला गेला नाही आणि नाशिक कलेक्टर कार्यालयातूनही मदत मिळत नव्हती.

केवळ असाह्यतेनं गरीब व उपाशी लोकांचे प्राण वाचवण्यासाठी मी खजिना वाटला. म्हणून मी कायद्याचं व प्रशासकीय अधिकाराचं उल्लंघन केलं असलं तरी कायदा मोडला नाही असं माझं प्रामाणिक मत आहे. कायदा उल्लंघनाच्या अपराधाबद्दल मी शिक्षा भोगायला तयार आहे. कदाचित हा खजिना मी वाटला नसता तर उपाशी लोकांनी वा लुटारुंनी तो लुटून नेला असता अशीही शक्यता मला दिसत होती.

म्हणून महाशयांना मी पुन्हा एकदा लक्षात आणून देतो, की माझ्या हातून घडलेली ही घटना शासनाच्या दृष्टीकोनातून अपराध वाटत असली तरी माझ्या बाजूनं मी बरोबर आहे असं माझं प्रामाणिक मत आहे.

म्हणून माझं निलंबन मागं घेऊन हे पत्र म्हणजेच माझा राजीनामा समजून मला नोकरीतून मुक्त करावं ही विनंती.

आपला विश्वासू ,

वाय. एम. भोसेकर

दरम्यान भोसेकर मामलेदार यांची चौकशी सुरु झाली होती. कलेक्टर एच. एन. एस्कॉईन यांनी कमिशनर अॅशबर्न यांना गुप्त अहवाल दिला. त्या अहवालात म्हटलं होतं:

मामलेदार भोसेकरांच्या विरोधात लोकांतून बऱ्यात तोंडी तक्रारी येतात. परमार्थ करण्यासाठी ते नेहमी कर्ज घेत राहतात. शेट, सावकार, श्रीमंत यांना त्या कर्जाची परतफेडीची शाश्वती नसते तरी भोसेकरांच्या मामलेदार पदामुळं त्यांना कर्ज कोणी नाकारत नाही. त्यांच्या अंगी वक्तशीरपणा नसल्यानं त्यांचे कार्यालयीन कामकाज कायम ठप्प असतं. तालुक्याची सर्व कामं आणि कामाच्या फाईल्स पडून असतात. परवाने, कर यांची कामं वेळेवर होत नाहीत. ते सर्व वेळ देवधर्मात घालवतात. कामात त्यांचं स्वतःचं लक्ष नाही आणि म्हणून कनिष्ठ

कर्मचाऱ्यांवरही त्यांचं नियंत्रण-वचक नाही. त्यांच्याकडं सतत धार्मिक लोकांची गर्दी असते आणि ते ही त्यांच्या मागं फिरत असतात. कार्यालयीन वेळेत शासकीय चौकटीत न बसणारी लोकांची खाजगी आणि धार्मिक कामं करत असल्यानं शासकीय कामं पडून राहतात. त्यांची बुध्दी आता तल्लख राहिली नाही. मामलेदार पद जोखमीचं असतं. त्या कामासाठी भोसेकर कार्यक्षम राहिले नाहीत. त्यांचं वय झालं आहे. त्यामुळं त्यांना सक्तीने निवृतं करणं शासनाच्या दृष्टीनं हितावह ठरेल.

पुन्हा नेमणूक : लोकांचा दबाव व मध्यस्थीमुळं काही महिण्यांनी ब्रिटीश शासनानं त्यांचं निलंबन मागं घेऊन मामलेदारांची नेमणूक येवला इथं करण्यात आली. परंतु भोसेकर मामलेदारांनी नोकरी करण्यास नकार देऊन आपला राजीनामा मंजूर करावा असा आग्रह धरला. मामलेदार म्हणून येवला इथं रुजू व्हावं व नंतर दीर्घ रजेवर जावं म्हणजे त्या काळात राजीनाम्याचा विचार करता येईल असं कलेक्टरनं सुचवल्यामुळं भोसेकर येवला इथं मामलेदार म्हणून रुजू झाले व लागलीच दीर्घ मुदतीची रजा घेऊन पुन्हा सटाण्याला आले. मात्र त्यांचा राजीनामा स्वीकारावा की त्यांना सक्तीने निवृत्त करावं याचा घोळ ब्रिटीश शासनात शेवटपर्यंत चालू राहिला व ते शेवटी नैसर्गिकपणे निवृत्त झाले.

भोसेकर मामलेदारांना मार्च १८७६ अखेरीस वयाच्या ५८ व्या वर्षी सेवानिवृत्ती मिळाली. त्याआधीची त्यांची गैरहजेरीला दीर्घ रजा म्हणून मंजूरी मिळाली होती. म्हणून गैरहजर काळातलं वेतनही त्यांना मंजूर करण्यात आलं, पण त्यांनी ते वेतन नाकारलं. त्यानंतर काही वर्ष त्यांनी सटाणा इथंच वास्तव्य केलं. देवमामलेदार या नामाभिधानानं त्यांना सटाणावासियांनीच गौरवलं. या दीर्घ रजेच्या काळात त्यांचं सटाण्याला वास्तव्य होतं. या काळात महालक्ष्मी मूर्तीची प्राणप्रतिष्ठेसहीत अनेक धार्मिक- सामाजिक कामं ते करीत होते.

३.१४ महालक्ष्मी प्रतिष्ठापना :

महाराष्ट्रातील व भारतातील यवनी सत्तेच्या काळात अनेक मंदिरांवर हल्ले होत असत. मुर्ती फोडल्या जात. यावनी आक्रमणात भारतात अनेक मंदिरातील मुर्ती उध्वस्त केल्याच्या नोंदी सापडतात. मंदिरांचीही तोडफोड होत असे. अशा वेळी गावोगावी भक्त मंडळी व पुजारी मंदिरातील मुर्ती नेहमी शेतात, विहिरीत वा तलावात लपवून ठेवत असत. पंढरपूरची विठ्ठलाची मूर्ती सुध्दा यवनी आक्रमणांमुळं वेळोवेळी शेतात लपवल्याचे उल्लेख इतिहासात सापडतात. त्याच पध्दतीने मुल्हेर येथील नारायण व महालक्ष्मी यांच्या मुर्ती स्थानिक गावकऱ्यांनी- म्हणजे मुर्तींचं- मंदिरांचं काम पाहणाऱ्या काही लोकांनी एका

तळ्यात लपवल्या असल्याचा इतिहास आहे.

१८७५ साली आजचे मुल्हेर म्हणजे त्यावेळच्या मयुर नगरीत विष्णूदास महाराजांनी विष्णूयाग करुन मुर्ती आता तळ्यातून काढून त्यांची प्रतिष्ठापना करावी असं ठरवलं. तळ्यात मुर्ती लपवल्या असल्याच्या नोंदी त्यांच्या वाडवडिलांपासून त्यांच्याकडे असाव्यात आणि मौखिक परंपरेने पुढच्या पिढीला अशा गोष्टी ज्ञात असतात. त्यासाठी देव मामलेदार यांनाही त्यांनी निमंत्रित केलं व त्यांना या कार्यक्रमाचं यजमानपद दिलं. विष्णुयाग करुन विष्णुमहाराज आणि देव मामलेदारांनी तळ्यातून या मुर्ती काढल्या. दोन्ही मूर्ती गंगाजलाने धुऊन पैकी नारायणाच्या मूर्तीची प्राणप्रतिष्ठा त्याच दिवशी मुल्हेर येथील उध्दव महाराजांच्या मंदिराजवळ केली, तर दुसरी मुर्ती- महालक्ष्मी देव मामलेदार यांनी सटाण्याला आणली. या मूर्तीची प्राणप्रतिष्ठा सटाणा येथील आरम नदीच्या काठी जुन्या मामलेदार कचेरीजवळ करण्यात आली. तिथं नंतर महालक्ष्मीचं छोटेसं मंदिरही बांधण्यात आलं.

३.१५ नाशिक वास्तव्य व स्वर्गवास :

काही भक्तांच्या विनंतीनुसार देव मामलेदार सटाण्याहून मनमाडला गेले. मनमाडहून येवल्याच्या भक्तांच्या आग्रहानुसार येवल्याला जाऊन राहिले. तिथं काही दिवस वास्तव्य केलं. तिथून ते नाशिक व नाशिकहून काही धार्मिक कार्यासाठी त्र्यंबकेश्वरला गेले. १८८४ साली त्र्यंबकेश्वरला एका भक्ताच्या वाड्यात दुसऱ्या मजल्यावर त्यांचं वास्तव्य असताना दुसऱ्या मजल्यावरुन- माडीवरच्या खिडकीतून ते खाली पडले. पण खाली एक जाळी आडवी होती म्हणून हा अपघात जीवघेणा ठरला नाही. काही महिन्यांनी आराम पडल्यावर ते नाशिकला आले. पण अपघातामुळं तब्बेतीची पडझड झाली ती शेवटपर्यंत.

नाशिक: १८८४ या वर्षीच ते त्र्यंबकेश्वरहून नाशिकला आले. रविवार पेठेतल्या एका वाड्यात वास्तव्य करु लागले. दर्शन घेणारे, नवस करणारे, नवस फेडणारे, याचक, नाथपंथी, जोगी, अवलिया, पीर, फकीर, बैरागी, गोसावी आदी लोकांची नाशिकलाही देव मामलेदार यांच्याकडं गर्दी होऊ लागली. कुणाचे भौतिकप्रश्न तर कुणाचे दैविक प्रश्न घेऊन भाविक लोक देव मामलेदारांकडं येत होते. आतापर्यंत देव मामलेदारांचे बरेच शिष्यगण वाढले होते. त्यांची नाशिकला देव मामलेदारांच्या वाड्यात सतत वर्दळ असे.

सटाण्याचा सरकारी खजिना गोरगरीबांना वाटल्यापासून मामलेदार हे खऱ्या अर्थानं सगळीकडं देव मामलेदार म्हणून ओळखले जात होते. नाशिक वास्तव्यात म्हणूनच त्यांच्या वाड्यात सदैव गर्दी रहायची ती देव म्हणून त्यांचं दर्शन

घेण्यासाठी आलेल्या भक्तांची. या दूरवरुन आलेल्या भक्तांना जेवण दिलं जायचं. या जेवणावळीसाठी- अन्नदानासाठी हैद्राबाद, ग्वाल्हेर, पुणे येथून श्रीमंत कुटुंबांकडून धनाच्या राशी येत असा उल्लेख आढळतो. शेट, सावकार, गर्भश्रीमंत शेतकरी, सरदार, सरंजाम अधिकारी यांच्याकडूनही मदत मिळत असे. आपल्या आयुष्याच्या शेवटपर्यंत त्यांनी लोकांना- गरजूंना दानधर्म केला. त्यासाठी त्यांना अनेक दानशूरांकडून मदत मिळत असे. ही मदत ते योग्य ठिकाणी मार्गी लावत असत.

रविवार दिनांक ११ डिसेंबर १८८७ - मार्गशीर्ष वद्य एकादशीच्या दिवशी ७२ वर्षीय देव मामलेदार हे याच वाड्यात स्वर्गवासी झाले. त्यांचा अंत्यसंस्कार गोदाकाठी करण्यात आला.

गोदा तिरावर ज्या ठिकाणी त्यांच्यावर अंत्यसंस्कार करण्यात आले त्या काठाला नंतर देव मामलेदार पटांगण असं संबोधलं जाऊ लागलं. त्या जागी म्हणजे नाशिक गोदावरी नदीच्या काठी सन १८८८ ला आधी समाधी व नंतर मंदिर बांधण्यात आलं.

३.१६ स्मारकं आणि मंदिरं :

सटाणा ग्रामस्थांनी पंचवीस हजार रुपयांची वर्गणी गोळा करुन शके १८११ मध्ये म्हणजे इसवी सन १८८९ ला देव मामलेदारांचं मंदिर उभारण्याचा निर्णय घेतला. मामलेदार कचेरी समोरच आरम नदीच्या काठावर आधी समाधी व नंतर मंदिराचं काम सुरु झालं. बाहेर कोट, आवार, मध्यभागी मंदिर, समाधीवर संगमरवरी पादुका, देव मामलेदारांचं छायाचित्र अशी या जुन्या मंदिराची रचना होती. मंदिराला दुमजली दरवाजा व सभामंडप ठेवण्यात आले होते. (आता याच जागी जुन्या मंदिराचा जिर्णोध्दार करुन भव्य मंदिर बांधण्यात आलं आहे.)

सटाण्यातील मंदिरासाठी कै. हरी रतन वानेरे यांनी आपली स्वत:ची जागा समाधीसाठी दिली होती. त्याच जागेवर आजचं मंदिर उभं आहे. इसवी सन 1900 पासून सटाण्यात देव मामलेदारांची यात्रा सुरु झाली जी आजतागायत सुरु आहे. हे मंदिर आरम नदीच्या काठावर असून इसवी सन 1990 मध्ये ह्या मंदिराचा जिर्णोध्दार करण्यात आला. जुन्याच मंदिराला सामावून नवीन भव्य मंदिर बांधण्यात आलं आहे.

आता देव मामलेदार यांची मुर्ती मंदिरात बसवली आहे. देव मामलेदार खुर्चीत बसलेले. डोक्यात जुन्या पध्दतीचं मोठं पागोटं. अंगावर जरीकाठी, शुभ्र उपरणं. कमरेस रेशमी काठाचं धोतर नेसलेले. चेहरा शांत. प्रसन्न. कमरेत पुढे थोडे वाकलेले. अशा प्रकारची त्यांची मुर्ती मंदिरात पहायला मिळतं. मुर्ती समोर

संगमरवरी पादुकांची जागा आता चांदीच्या पादुकांनी घेतली आहे.

दरवर्षी मार्गशीर्ष वद्य एकादशीला (देव मामलेदारांच्या पुण्यतिथीला) सटाण्यात यात्रा भरु लागली. सटाण्यातीन जुन्या जाणत्या नागरीकांच्या म्हणण्यानुसार यात्रेला सुरुवात इसवी सन १९०० मध्ये झाली. यात्रा दहा ते बारा दिवस असते. एकादशीच्या सकाळी सटाण्यातील मामलेदार- तहसिलदार यांच्या हस्ते पूजा केली जाते. संध्याकाळी तीन ते अकरा वाजेपर्यंत गावातून भव्य रथ मिरवणूक निघते. टाळ- मृदूंग यांच्या गजरात रथ शहरभर मिरवला जातो. रथ पहायला दूरवरुन खेड्यापाड्यातून लोक येतात. दुसऱ्या दिवशी गरजूंना अन्नदान केलं जातं. तिसऱ्या दिवशी बैलगाडींची शर्यत व कुस्त्या होतात. अलीकडे बैलगाड्यांची शर्यत बंद करण्यात आली आहे. तालुक्यातीलच नव्हे तर दुरवरुन लोक यात्रेला येतात. मालेगाव तालुक्यातील चंदनपुरीची यात्रा सोडली तर या भागातील ही सर्वात मोठी यात्रा असते. सटाण्याची यात्रा उठल्यावर हीच यात्रा चंदनपुरीला जाते.

सटाण्यातील कै. बाळासाहेब जगताप यांनी इसवी सन १९१७- १८ ला देव मामलेदारांचा रथ तयार केला आहे. तोच रथ अजून जसाच्यातसा चांगल्या स्वरुपात आहे. हा रथ म्हणजे काष्ठातील एक चांगली कलाकृतीच म्हणावी लागेल.

ब्रिटीशांनी इसवी सन १९१९ मध्ये सटाण्यात दुसरीकडे भव्य व प्रशस्त अशी मामलेदार कचेरी बांधल्यामुळं देव मामलेदारांच्या या जुन्या व पहिल्या कचेरीत आता सरकारी पशुवैद्यकीय चिकित्सालय कार्यरत आहे. (हे कार्यालयही आता इतरत्र हलवून त्या जागी देव मामलेदारांचं स्मारक होत आहे.)

सटाण्याव्यतिरिक्त देव मामलेदार यांची मंदिरं अजून काही ठिकाणी बांधण्यात आली आहेत. नेर जिल्हा धुळे, शिऊर ता. वैजापूर जि. औरंगाबाद इथंही देव मामलेदार यांची मंदिरं बांधण्यात आली आहेत. नाशिक इथं गोदावरीच्या काठी तर मंदिर आहेच. सटाण्यासहीत आज चार ठिकाणी देव मामलेदार यांची मंदिरं आहेत.

देव मामलेदार यांना एक साधू पुरुष, देव माणूस वा देव मामलेदार म्हणून ओळखणारी अनेक गावं त्यावेळी होती आणि आजही आहेत : भोसे, संगमनेर, येवला, मनमाड, त्र्यंबकेश्वर, नाशिक, चांदोरी, इंदोर, विंचूर, सिन्नर, चांदवड, वैजापूर, खंडाळा, नेर (धुळे), शिऊर मेढेगाव, शिऊर ता. वैजापूर जि. औरंगाबाद आदी गावांना यशवंत देव मामलेदार यांचं आजही स्मरण केलं जातं.

३.१७ देव मामलेदार :

ब्रिटीशांच्या काळी स्थानिक लोकांशी संबंध येणारा सरकारी कर्मचारी म्हणजे मामलेदार. मामलेदार हा बढती देऊन तयार केलेला नेटीव म्हणजे भारतीय माणूस असे. तो तालुक्यातील सर्वश्रेष्ठ अधिकारी असायचा. त्याचा रुबाब आणि तोरा सगळ्यांनाच अचंबीत करणारा ठरायचा. रावसाहेब नावाचा मोठा माणूस, घोड्यावरुन अथवा टांग्यातून प्रवास करणारा, मागंपुढं सनदी नोकर असणारा अशा प्रकारचा एक उग्र दबदबा मामलेदार या पदाभोवती असायचा. तालुक्यातील बडे शेट सावकार, जमिनदार, श्रीमंत शेतकरी अशा आसामीही त्याच्या दर्शनासाठी तालुक्याच्या गावाला दिवसभर ताटकळत असत तर मग सामान्य माणसाला त्याचं दर्शन होणंही दुर्लभ असे.

पूर्वीपासून पिढ्यान् पिढ्या शिक्षणाची मक्तेदारी ब्राह्मणांकडे होती. इतर कोणी स्पर्धेला नव्हतं. समाज व्यवस्था निर्माण झाल्यापासून परंपरेने संस्कृतभाषेचा बागुलबुवा उभा करुन सामान्य लोकांवर वचक निर्माण केला गेला होता. परंतु ब्रिटीशांच्या राजवटीत ब्राह्मणांनी कालाय तस्मै नम: म्हणत त्यांची भाषा इंग्रजी शिकून सामान्य जनता आणि ब्रिटीश यांच्यातील दुवा होऊन सगळीकडे आपली वर्णी लावून घेतली. परिणामी ब्रिटीश राजवटीत सर्वत्र ब्राह्मणशाही उदयाला आली होती. या अवाढव्य भारतातील तीन टक्के लोक म्हणजे फक्त ब्राह्मण ब्रिटीश राजवटीत नोकऱ्या करीत असत. बाकी सत्याण्णव टक्के लोक म्हणजे बहुजन वर्ग या नोकऱ्यांपासून शिक्षणाअभावी दूर होता.

या पार्श्वभूमीवर भोसेकर मामलेदारांचे देववत वाटणारे रुप अजून उठून दिसते. ब्राह्मण असले तरी उच्च जातीचा अहंकार त्यांना शिवला नव्हता. तथाकथित ब्राम्हण्याचा त्याग करुन ते सर्वसामान्य माणसात मिसळून गेले होते व त्यांच्या उन्नतीसाठी आयुष्यभर झगडत राहिले. जनसेवा हीच ईश्वरसेवा. करुणा, प्रेम, दयाबुध्दी, निस्पृहता, परोपकार, मानवतावादी आचरण, सत्प्रवृत्ती, माणुसकीचा पुजारी, शोषित, उपेक्षित, पीडित, गरीब जनतेविषयी कणव असणारा देवमाणूस असा मामलेदारांबद्दल आदरयुक्त उल्लेख सर्वत्र दिसून येत असे. सार्वजनिक जीवनात मानवता धर्म हा सर्वश्रेष्ठ धर्म आणि कार्यालयात कर्तव्य हाच धर्म, असं भोसेकर मामलेदारांचं ब्रीद ते आपल्या कृतीतून दाखवून देत होते.

भोसेकर मामलेदार यांनी बागलाणचा भौगोलिक व ऐतिहासिक अभ्यास केला. म्हणून मुंबई इलाख्याच्या गॅझेटियर सबकमिटीवर इतर काही मामलेदारांसोबत त्यांचीही नेमणूक केली गेली होती. खानदेश व नाशिक या दोन्ही गॅझेटियरमधील खानदेश, बागलाण व डांग इथल्या भूप्रदेशांवर देव मामलेदार यांनी टिपणं लिहिली

होती. पण ती टिपणं जशीच्या तशी न छापता ब्रिटीशांनी संपादित करुन छापली होती.

माणसातलं देवपण आणि देवातील माणूसपण यांचा मिलाफ त्यांच्या वागण्यात दिसायचा. अध्यात्माकडं कल असल्यामुळं अक्कलकोटच्या स्वामी समर्थ यांच्या भेटीपासून भोसेकर मामलेदार स्वामी समर्थांना आपले गुरु समजत असत. म्हणून आज देव मामलेदार हे स्वामी समर्थांचे शिष्य समजले जातात.

सत्ता अधिक ब्राम्हण अधिक अपत्यांची जबाबदारी नसणं अधिक चांगुलपणा, नम्रपणा अधिक पत्नीचं सहकार्य या गोष्टी त्यांना देवत्वाच्या सिमेपर्यंत घेऊन गेल्या.

जनमानसात मानवतावाद, परमार्थवृत्ती तर कार्यालयात कर्मनिष्ठा-राजनिष्ठा अशी त्यांची वागण्याची पध्दत होती. मामलेदार कार्यालयात त्यांचा आदरयुक्त वचक होता. स्वत: काम करण्याची क्षमता, त्या त्या वेळी ते ते काम उरकण्याची पध्दत, शक्य त्या ठिकाणी त्वरीत वार्तालाप, कामात सकारात्मक दृष्टीकोन आदींमुळं ते उत्तरोत्तर यशश्वी होत होते.

बाहेर जनमानसात एक आदरणीय व्यक्तिमत्व म्हणून देव मामलेदार ओळखले जात. त्यांनी आपल्या आयुष्यात लाचारी कधी पत्करली नाही आणि प्रामाणिकपणा सोडला नाही. गोरगरीबांशी ते दयाळूपणं व मानवता धर्मानं वागत. सरकारी कामकाजातल्या न्यायदानात त्यांचा नि:पक्षपातीपणा दिसून यायचा. अध्यात्मिक आणि सांस्कृतिक कामात सगळ्या समाजाला बरोबर घेऊन काम करायचे. म्हणूनच त्या काळी अशा माणसाला देवपण मिळणं अगत्याचं होतं आणि ते मिळालं.

('यथार्थ चरित्र' हे प्रकरण लिहिताना नाशिकचे जुने गॅझेटियर्स, बॉम्बे गॅझेटियर्स, महाराष्ट्र स्टेट गॅझेटियर्स, इंटरनेटवरुन घेतलेली माहिती तसंच दादामहाराज रत्नपारखे, दीपक माळी, आत्माराम भामरे, अनिता कुर्तडीकर - तांबोळी यांच्या पुस्तकांचा संदर्भ घेतला आहे.)

भाग दुसरा : माणूस जेव्हा देव होतो

4

चमत्कारांची मीमांसा

४.१ चमत्कार विश्व :

जिथं बुध्दीची हद्द संपते तिथं श्रध्देचा प्रांत सुरु होतो आणि मानवी श्रध्दा अनेक प्रकारच्या चमत्काराांना जन्म देतात. चमत्कारांशिवाय नमस्कार मिळत नाही हे खरं असलं तरी असं जाणीवपूर्वक मिळवलेले नमस्कार जास्त दिवस टिकत नाहीत हे ही तितकंच खरं आहे. मानवी बुध्दीच्या आकलनापलीकडे घडणाऱ्या घटना म्हणजे चमत्कार. काही खरोखर घडणाऱ्या घटनांनी बुध्दी कुंठीत होते म्हणून ते चमत्कार समजले जातात, तर काही चमत्कार आपल्या प्रिय अध्यात्मिक गुरुच्या अतिव प्रेमापोटी श्रध्देतून पसरवले जातात. कोणताही भक्त आपल्या गुरुची कोणतीही कृती सामान्य समजत नाही म्हणून त्या कृतीचा तरतमभाव न तपासता त्या घटनेला तो चमत्काराचं रुप देऊ पाहतो आणि सांगीवांगीतून चमत्काराांचा फैलाव सर्वदूर होत राहतो.

चमत्कार कुठं घडत नाहीत? जगात सगळीकडे चमत्कार आहेत. अगदी या एकविसाव्या शतकातही चमत्कार ओतप्रोत भरुन आहेत. परवा दोनहजार तेराच्या फेब्रुवारी महिण्याच्या सुरुवातीला व्हॅटिकन सिटीत ख्रिश्चन धर्मगुरु पोप बेनडिक्ट सोळावे यांनी सेंट पीटर्स स्क्वेअर चर्चमध्ये प्रकृतीच्या कारणानं पोप पदापासून दूर होण्याचा निर्णय जाहीर करताच चर्चवर वीज कडाडली म्हणे. आणि या वीजेचा लोळ फोटोग्राफीतून जगभरातल्या चॅनल वाल्यांनी दाखवला. (नंतर २८ फेब्रुवारी २०१३ ला पोप यांनी आपलं पद सोडलं.) कोणत्या फोटोग्राफरने ती वीज आपल्या कॅमेऱ्यात पकडली तेही तपशीलात दाखवलं गेलं. त्या फोटोग्राफरच्या मुलाखतीही प्रसारीत झाल्या.

वीज पडली हे खरं आहेच. जगभर त्या आठवड्यात कुठं ना कुठं वादळी पाऊस झाला तर कुठं बर्फानं थैमान घातलं होतं. भारतातही हिमाचल भागात या वेळी तुफान बर्फवृष्टी झाली आणि दिल्लीसह अनेक ठिकाणी मुसळधार पाऊस कोसळत होता. व्हॅटिकन सिटीचं वातावरणही असं पावसाळी वातावरणानं बिघडलेलं होतं. पाऊस पडत होता. त्यामुळं गडगडाटासह विजा होत होत्या. पण पोप यांनी राजीनामा दिल्यामुळं चर्चवर वीज पडली हे जे काही तर्कट चर्चेला आलं, हा चमत्कार. म्हणजे ही नैसर्गिक घटना पोपच्या राजीनाम्याशी जोडून या आधुनिक तंत्रज्ञानाच्या जगातही चमत्कार चर्चिले जातात तर इतिहासात थोडं मागं अप्रगत काळात डोकावल्यावर काय होत असेल याची कल्पना करता येईल.

आज घडलेल्या घटनांचं विश्लेषण करायला उत्कृष्ट तंत्रज्ञान विकसित झालं असूनही आपण चमत्कारांना शरण जात असतो तर मग ज्यावेळी असं कोणतंही तंत्रज्ञान नव्हतं आणि वैचारिकता वाढण्याइतकी वैज्ञानिक प्रगतीही नव्हती, त्याकाळी चमत्कारांनी काय थैमान मांडलं असेल याची कल्पना केलेली बरी. जिथं जिथं आपली तार्किकता पोचत नाही, कार्यकारण भाव तपासण्याच्या पलीकडे काही घडतं तिथं चमत्कार घडतात. कोणत्याही घटनेकडं पाहण्याचा तरतमभाव आपण या तंत्रज्ञान संपन्न काळातही हरवून बसल्यामुळं चमत्कार पहायला मिळतात आणि अफवांमुळं हे चमत्कार सांगिवांगीतून मोठे होत जातात. घटना प्रत्यक्ष घडतात त्यापेक्षा कितीतरी प्रमाणात आपल्या कल्पना शक्तींनी चमत्कार मोठे होत जातात.

काही वर्षापूर्वी गुंथर सोन्थायमर नावाचे एक जर्मन संशोधक भारतात येऊन संत तुकारामांचा अभ्यास करीत होते. त्यांनी तुकारामांवर एक डॉक्युमेंटरी फिल्मसुध्दा बनवली आहे. त्या डॉक्युमेंटरीत तुकारामाचे अभ्यासक व कवी दिलीप पुरुषोतम चित्रे यांची त्यांनी मुलाखत घेतली आहे. दिलीप चित्रेंना त्यांनी मुलाखतीत प्रश्न विचारला, '*तुकारामांचे अभंग इंद्रायणी नदीत बुडवल्यावर काही दिवसांनी ते पाण्यावर कोरडे तरंगून आले असं जे म्हटलं जातं ते कसं शक्य आहे?*'

चित्र्यांचं उत्तर प्रस्तुत अभ्यासकाला खूप आवडलं. ते म्हणाले, '*येशू ख्रिस्तांविषयी जसं म्हटलं जातं, की सूळावर दिल्यानंतर येशू ख्रिस्त तिसऱ्या दिवशी आपल्या कबरीतून उठून धर्म प्रचाराला निघाले. तशी ही तुकारामांची आख्यायिका आहे.*'

किती समर्पक उत्तर आहे पहा. दिलीप चित्र्यांची ही स्वतंत्र कविताच वाटावी. काय नाही या उत्तरात. या उत्तरात सगळं काही आलं आहे. समजणाऱ्याला इशारा काफी. अशा उत्तराने त्यांनी पाश्चात्य लोकांनाही दुखावलं नाही आणि

भारतीयांनाही. थोडक्यात, लोकोपवाद, लोकश्रध्दा यांची फार चिकित्सा न करता आपण संशोधन करत राहणं हे महत्वाचं.

संत नामदेवासोबत विठ्ठल जेवले, हा एक चमत्कार नामदेवांच्या नावानं सांगितला जातो. संत ज्ञानेश्वरांनी चांगदेवाला सामोरं जाण्यासाठी भिंत चालवणं आणि रेड्याच्या तोंडून वेद वदवणं हे दोन चमत्कार ज्ञानेश्वरांच्या नावानं सांगितले जातात तर संत तुकारामांच्या कवितेच्या बुडवलेल्या वह्या नदीच्या पाण्यावर तरंगून येतात आणि शेवटी ते सदेह वैकुंठाला जातात हे दोन चमत्कार संत तुकाराम यांच्या नावानं प्रचलित आहेत.

'*आम्ही जातो आमुच्या गावा आमचा राम राम घ्यावा*', हा त्यांचा अभंग ते सदेह वैकुंठाला जात असताना गात होते असंही म्हटलं जातं.

संत ज्ञानेश्वर यांच्या नावावर जे दोन मुख्य चमत्कार आहेत, ते म्हणजे वाघावर बसलेल्या चांगदेवाची भेट घेण्यासाठी निर्जीव भिंत चालवण्याची आणि दुसरा, रेड्याच्या तोंडून वेद वदवण्याची. संत तुकारामांनी ज्ञानदेवांबाबत आपल्या अभंगात म्हटलं आहे:

'जयाचिया व्दारी। सोन्याचा पिंपळ।

अंगी ऐसे बळ। रेडा बोले ।।'

या काव्यात्मक ओवीमुळं खरोखरचा रेडा बोलता झाला असं सर्वसामान्य लोकांनी समज करुन घेतला असावा असं म्हणावं, तर भिंत चालवण्याचा चमत्कार कसा झाला हा प्रश्न उरतोच. प्रत्येक ओवी चमत्कार होणार नाही. चमत्काराला जे सोपं वाटतं ते चमत्कार उचलून घेतं. वरील अभंगातील 'रेडा बोले'चा चमत्कार सांगिवांगीतून सहज पसरवणं शक्य होतं. त्याला संत तुकारामाच्या काव्यातून दुजोरा मिळू शकत होता. पण ज्ञानेश्वरांच्या दारासमोर सोन्याचा पिंपळ दाखवणं इतकं सोपं नव्हतं आणि त्याचा व्यंगार्थ कळणंही तत्कालीन सर्वसामान्य लोकांना शक्य नव्हतं म्हणून हा पिंपळाचा चमत्कार झाला नाही असं म्हणावं लागेल.

ओव्या, अभंगांमधून वाचार्थ घेतला जातो. व्यंजना, लक्षणा, प्रतिकं, रुपकं, प्रतिमा यांचा विचार सामान्य पातळीवरच्या लोकांत होत नसल्यामुळं असा अर्थ काढला जात असावा. '*अंगी ऐसे बळ रेडा बोले*' या पदाचा अर्थ वाचार्थानं घेऊन लोकश्रध्देतून ज्ञानेश्वरांनी रेड्याच्या तोंडून वेद वदवले हा चमत्कार सांगितला जाऊ लागला. खरं तर या पदाचा अर्थ रेड्यासारख्या कमी बुध्दीच्या माणसालाही ज्ञानी करुन सोडणं हे ज्ञानेश्वरांचं कार्य होतं- ब्रिद होतं, म्हणून ते ज्ञानेश्वर. ज्ञानाचे ईश्वर. अध्यात्मात काव्यात्मक बोलणं नेहमी वाचार्थानं घेतलं जातं आणि

जगात असं सर्वत्र झालेलं दिसतं.

काही चमत्कार अशा काव्यातून वेगळा अर्थ काढून सांगितले जातात तर काही चमत्कार जाणीवपूर्वक भक्तांकडून आणि अपवादात्मक विरोधकांकडूनही पसरवले जातात. चांगदेव भेटायला आले त्यावेळी ज्ञानेश्वर कदाचित भावंडांसह एखाद्या भींतीवर बसलेले असतीलही. तसंच वाघावर बसलेल्या चांगदेवापेक्षा ज्या भिंतीवर ज्ञानेश्वर बसलेले असतील ती भिंत वाघापेक्षा कदाचित किंचित उंचही असेल. ही गोष्ट भक्तांकडून सांगता सांगता काही दिवसांनी लोकश्रध्देतून ती भिंत चालायलाही लागली असावी, असा अनुमान काढता येऊ शकतो.

संत तुकारामांबाबत असंच झालं आहे. तेराव्या दिवशी अभंगांच्या- कवितेच्या कोरड्या वह्या इंद्रायणीच्या पाण्यावर तरंगून येण्याचा आणि सदेह वैकुंठवासी होण्याचा हे दोन्ही चमत्कार सगळ्यांनाच माहिती असतात. विरोधकांच्या कागाळ्यातून सगळं काव्य नदीत बुडवल्यानंतर तुकारामांना काय करावं सुचेना आणि त्यांनी तिथंच नदीच्या काठावर बसून उपोषण सुरु केलं. पंचक्रोशीत विखुरलेले त्यांचे भक्तगण त्यांच्या भोवती गोळा झाले. संत तुकारामांकडून अभंग रचून होताच भजनातून- कीर्तनातून गाऊन ते इतर भक्तांच्याही मुखद्गत झालेले होते. या तेरा दिवसात ज्याला जे जे अभंग आठवतील ते ते अभंग भक्त म्हणू लागले असावेत आणि त्यांच्यात जे कोणी साक्षर असतील त्यांनी ते अंभग लिहून घेतले असावेत. असं तुकारामांचे सगळे अभंग तेरा दिवसात पुन्हा शब्दबध्द झाले, म्हणजेच ते पुन्हा पाण्यावर तरंगून आले असंच म्हणावं लागेल. तुकारामांचे अभंग बोलीभाषेतून असल्यामुळं सहस्त्र मुखातून ते सहज तरंगून आले.

संत नामदेवांच्या ताटात स्वत: विठ्ठल जेवायला बसला तर त्यांच्या दासीचं दळण दळण्यापर्यंचं घरगुती कामंही विठ्ठल आनंदानं करतो असे अनेक चमत्कार सगळ्यांनाच माहिती आहेत. आणि त्यामागची भक्ती- श्रध्दा इथं विशेष काम करते हे ही अभ्यासकांना माहिती असतं. संत गाडगेबाबा तसे कर्मकांडांविरुध्द असणारे थोर संत होते. म्हणून त्यांनी अंधश्रध्देला कधी थारा दिला नाही आणि चमत्कारांनाही. तरीही त्यांच्याबाबतीतही एक चमत्कार सांगितला जातो, की ते त्यांच्या भक्तांच्या गराड्यातून गुप्त होऊन जात व दूर कुठंतरी झाडाखाली बसलेले दिसत.

शिर्डीच्या साईबाबांचा पाण्यात दिवे लावण्याचा चमत्कारही आपल्याला माहिती आहे. साईबाबांचे असंख्य चमत्कार सांगितले जातात. देव आणि संतांच्या नावानं सांगितले जाणारे असे चमत्कार सर्वत्र आढळतात. पण ते तारतम्यानं

घ्यायचे असतात, वास्तव अर्थानं नव्हे.

४.२ देव मामलेदारांचे चमत्कार :

यंशवंतराव देव मामलेदार यांच्या चमत्कारांविषयीही आता बोललं पाहिजे. दीपक माळींच्या देव मामलेदार यांच्या चरित्रावरील पुस्तकातील चमत्कारांची यादी खूप मोठी आहे. पैकी देव मामलेदारांचे दोन महत्वाचे चमत्कार लोकांना हमखास सांगितले जातात वा माहिती तरी असतात. ते दोन महत्वाचे चमत्कार म्हणजे : पाटणच्या सत्रा पाटलांकडून देव मामलेदारांनी उसनवार घेतलेले पैसे देवाने परत केले आणि सटाण्यातील सरकारी खजिना वाटल्यावर तो जसाच्या तसा पैशांचा भरलेला आढळणे.

सिंदखेड्याहून सटाण्याला रुजू होण्यासाठी निघालेल्या मामलेदार भोसेकर यांच्याकडं कोणीतरी याचकाने पाचशे रुपये मागितले. त्या याचकाला पाचशे रुपये देण्यासाठी सटाण्याला येताना त्यांनी ते पाटणच्या सत्रा पाटलांकडून कर्जाने घेतले आणि याचकाला दिले. मात्र सत्रा पाटलानं हे पैसे देताना मामलेदार भोसेकरांना असं निक्षून सांगितलं, की माझे पैसे धुळ्याहून पाठवले तर बरे होईल. सटाण्याहून पाठवले तर मला उशीरा मिळतील आणि माझा कारभार ठप्प होईल.

यानंतर भोसेकर मामलेदारांना धुळ्याहून पैसे परत पाठवणं शक्य झालं नाही तरी सत्रा पाटलांना दोन दिवसांनी पाटणला कोणीतरी पैसे परत केले. या घटनेत तीन शक्यता दिसतात:

पैकी एक : भोसेकरांसोबत असलेल्या कोणा शिष्याला सत्रा पाटलांची उध्दट भाषा रुचली नसावी. आणि त्यामुळं त्यांनी धुळ्याला येताच पाचशे रुपयाची तजवीस करुन कोणा तर्फेतरी ती रक्कम परत करायला पाठवलं असावं.

दोन : धुळ्याला येताच कोणाकडं तरी मामलेदार भोसेकर या पैशांबद्दल बोलले असावेत. पण ज्यांना हे पैसे द्यायला त्यांनी हटकलं त्यांनी तशी शाश्वती दिली नसावी. नंतर भोसेकर सटाण्याला गेल्यावर त्या व्यक्तीने ते पैसे सत्रा पाटलांकडं पाठवले असावेत. मात्र पैसे सत्रा पाटलांना दिले गेले की नाही याबद्दल भोसेकर स्वत: अनभिज्ञ असावेत. पण कोणीतरी मामलेदारांच्या भक्ताने ते पैसे सत्रा पाटलांना पोचते केले असावेत.

तीन : ज्या याचकाने पाचशे रुपये भोसेकर मामलेदारांकडं मागितले त्यालाच सत्रा पाटलांची उध्दट भाषा मनात खटकली असावी. आपल्यासाठी मामलेदारांना हे खवचट शब्द ऐकावे लागले ही बोच याचकाला लागली असावी आणि दोन दिवसांनी त्याने स्वतःच ते पाचशे रुपये सत्रा पाटलांकडं आपली ओळख न देता पोचते केले असावेत.

ह्या तीन शक्यता या चमत्कारामागे दिसतात. मात्र ते पैसे देवाने रुप बदलून परत केले असा चमत्कार भक्तांमध्ये पसरला. त्या काळी कोणतीही दूरसंवाद यंत्रणा अस्तित्वात नव्हती. वाहनेही नव्हती. सगळ्या प्रकारचे दळणवळण बैलगाड्या, तांगे, घोडेस्वार यांच्यामार्फत होत असे. निरोपसुध्दा याच पध्दतीनं पाठवले जात. अशा या संवाद दूरता (communication gap) मुळे हा चमत्कार ठरला असावा. कोणतीही खातरजमाशिवाय त्यावेळच्या धुळ्यातील *'खानदेश वैभव'* नावाच्या वर्तमानपत्रात ही बातमी आल्यावर हा चमत्कार अधिकृत आणि सर्वमान्य झाला असावा.

देव मामलेदारांचा दुसरा जो चमत्कार सांगितला जातो तो आहे, सटाण्यातील सरकारी खजिना गरीब दुबळ्यांना वाटल्यानंतर तिजोरी आपोआप पैशांनी भरल्याचा. देव मामलेदारांवरच्या 'यथार्थ चरित्र' या प्रकरणात प्रस्तुत लेखकानं तिथंच या विषयी लिहिलं आहे, की मामलेदारांना ब्रिटीश सरकारपासून वाचवण्यासाठी बागलाणातील काही धनाढ्य व्यक्तींनी देव मामलेदारांना अंधारात ठेऊन तिजोरीत रक्कम भरुन ठेवली असावी. पण सर्वसामान्य माणसात हा चमत्काराचा विषय झाला.

संवाद दूरतामुळं (communication gap) असे अनेक चमत्कार सर्वदूर घडतांना दिसतात. कोणतीही खातरजमा न करता चमत्कार सर्वत्र चावळ करताना दिसतात. आणि अशी चावळ 'बातमी' झाली की चमत्कार अधिकृत होतो.

४.३ चमत्कारांचे प्रकार :

अध्यात्मिक- धार्मिक क्षेत्रात चमत्कार दोन प्रकारचे असतात.

एक : एखाद्या संतांचे इतर भक्त त्यांच्या नावाने काही चमत्कार सांगतात.

दोन : काही तथाकथित संत भक्तांपुढं स्वतः चमत्कार करतात.

पहिल्या प्रकारचे चमत्कार हे आपल्या प्रिय गुरुचं मोठंपण सांगण्यासाठी भाबडेपणातून वा काही प्रमाणात भक्तांच्या अज्ञानामुळं निर्माण होतात व त्याच भाबडेपणातून ते इतरांना सांगितले जातात. या चमत्कारांतून कोणा भक्ताला आपला स्वार्थ साधायचा नसतो. पण दुसऱ्या प्रकारचे चमत्कार हे भक्तांना ठगवण्यासाठी केले जातात.

आपण कोणीतरी वेगळे म्हणजेच दैवी पुरुष आहोत हे भक्तांवर ठसवण्यासाठी असे तथाकथित संत आपण स्वतःहून असे चमत्कार करतात. उदाहरणार्थ, भक्तांच्या संतसगांत हातातून सोन्याची अंगठी काढणं, चैन काढणं, प्रसाद काढणं, गुलाल काढणं हे स्वस्त प्रसिध्दीच्या मार्गं लागलेल्या आणि धार्मिकतेच्या आवरणाखाली व्यवसाय करणाऱ्या बुवाबाजीचं काम आहे.

देव मामलेदार यांचे चमत्कार त्यांनी स्वत: घडवलेले नसून लोकांनी आपल्या श्रध्देतून त्यांच्यावर लादले आहेत. म्हणून हे चमत्कार म्हणजे लोकश्रध्देने त्यांना दिलेलं देवपण या अर्थानं पाहिले गेले पाहिजेत.

अतिव श्रध्देमुळं, अतिव विश्वासामुळं आणि लोकसमजांमुळं योगायोगाला चमत्कार समजला जातो वा घडलेली घटना वेगळ्या अर्थानं सांगत सांगीवांगीतून- कर्णोपकर्णी एखाद्या घटनेची अफवा ईश्वरी रुप घेत अजरामर होत जाते. कार्यकारण भावाचा अभाव म्हणजे चमत्कार होणं. म्हणून कोणत्याही प्रकारचे चमत्कार मान्य करणं हे मानसिक गुलामगीरीचं लक्षण आहे.

आपले पूर्वज अडाणी होते. तरीही त्यांनी चमत्कारांना खूप नावाजलेलं नाही. देवांच्या नावानं आणि संतांच्या नावानंही काही चमत्कार त्यांच्याकडून जरुर सांगितले जातात- ऐकायला मिळतात. पण या चमत्कारांना त्यांनी दुय्यम स्थान दिलं आहे. चमत्कारांआधी देवांचं वा संतांचं मूळ कतृत्व नावाजलं जातं. त्यांनी केलेले परोपकार आणि जनतेविषयी त्यांच्या काळजात असलेला कळवळा आधी अधोरेखित केला जातो. त्या अनुषंगानं एखाददुसरा चमत्कारही सांगितला जातो. पण केवळ चमत्कारानं आपल्या पूर्वजांनी कोणाला देवपण दिलेलं नाही, हे लक्षात घ्यावं लागेल. तसं असतं तर जगातले सगळेच जादूगार आज आपल्यात देव नाहीतर संत म्हणून मिरवले गेले असते.

5

माणूस जेव्हा देव होतो

५.१ देवाचा अर्थ :

देव कुठून येतात? देव कसे तयार होतात? देव हे आधी माणूस म्हणून जन्माला येतात का? चारचौघांसारखी जन्माला आलेली माणसं, देव होऊन असे कसे अजरामर होऊन जातात?

हे चरित्र लिहीत असताना एक गोष्ट प्रकर्षाने लक्षात आली. देव मामलेदार यांनी कधीही जनसमुदायासमोर मोठमोठी प्रवचनं दिली नाहीत. भाषणं केली नाहीत. खूप मोठे उपदेश कोणाला केले नाहीत. त्यांच्या घरात वा चौकात आठवडी वा मासिक सत्संगाचे कार्यक्रम आयोजित केल्याची कुठं नोंद नाही. त्यांनी स्वतः कीर्तने केली नाहीत. स्वतः प्रसिध्दीची व्यवस्था केली नाही. ओव्या लिहिल्या नाहीत. अभंग लिहिले नाहीत. तरी ते देवत्वाला पात्र ठरले. देवत्वाच्या पदापर्यंत पोचले. लोकांनी त्यांना देवत्व बहाल केलं. लोक त्यांना देव म्हणू लागले. ते का? असं नेमकं काय काय घडत गेलं त्यांच्या आयुष्यात की ते माणसाचे देव झाले. त्यांच्या मृत्यूनंतर नव्हे, त्यांच्या हयातीतच ते देव झाले होते. म्हणजे हयात असतानाच लोक त्यांना देव म्हणू लागले होते. ते जेव्हा सर्वसामान्य माणसांसारखे चालते बोलते फिरते व्यक्तिमत्व होते. ते कुठल्या मंदिरात जाऊन राहात नव्हते. हिमालयात जाऊन राहात नव्हते की हिमालयात जाऊन तपश्चर्या करुन परत आले नव्हते. समाधी लाऊन बसत नव्हते. यज्ञ याग करत नव्हते. भगवे कपडे परिधान करत नव्हते. दाढी- डोक्याचे केस वाढवून संतत्वाचं प्रदर्शन करत नव्हते. इतरांसारखाच पेहराव असूनही आणि फक्त एक सरकारी नोकर - कर्मचारी असून सुध्दा ते लोकमानसात देव का ठरावेत?

देव मामलेदार हे त्यांच्या दैनंदिन कृतीतून देव होत गेले. देव घडले. देव झाले. हे खरं सत्य आहे. आपल्या कृतीतून त्यांनी लोकांना देवत्वाचा वास्तव दृष्टांत दिला. परोपकार आपल्याला देवत्वाकडे घेऊन जातो. माणसाला आपल्या आयुष्यातील काही कृतीतून देवत्वापर्यंत पोचता येतं हेच त्यांनी सर्वसामान्य लोकांना आणि तथाकथित देवाचे देव्हारे माजवणाऱ्यांनाही दाखवून दिलं हे सत्य आहे. असं कृतीतून देव होत जाणं साधी सोपी गोष्ट नाही.

५.२ षड् रिपू :

माणसाला एकुलतं एक आयुष्य मिळतं. त्यातील जवळजवळ निम्मं आयुष्य माणूस झोपेत घालतो. त्यातील काही बालपणात निघून जातं. उरलेल्या निम्म्या आयुष्यात माणसाला स्वार्थ स्वस्थ बसू देत नाही. काहीतरी मिळवणं. उद्याचं सुख मिळवण्यासाठी रोज दुखं पचवायचं असं हे आयुष्य. मोहानं माणूस माणूसपणात राहात नाही. देव ही तर फार लांबची गोष्ट झाली. इथं देव व्हायला कोणाला वेळ आहे. वयात येताच वासना डंख मारते. वासना नैसर्गिक आहे म्हणून ती प्रत्येकाला दाबता येत नाही. नैसर्गिक वासना दाबनंच मुळी अशास्त्रीय आहे. तिला व्यक्तिगत पातळीवर कोणाला नुकसान न पोचवता वाट मोकळी करुन देणं केव्हाही रास्त.

अहंकार मनुष्याला स्वस्थ बसू देत नाही. कोणाला जातीचा अहंकार असतो. कोणाला धर्माचा अहंकार असतो. कोणाला सत्तेचा अहंकार असतो तर कोणाला श्रीमंतीचा अहंकार असतो. काहींना तर ज्ञानाचा सुध्दा अहंकार असतो. अहंकार पचवणं ही साधी सोपी गोष्ट नाही. भोसेकर मामलेदार हे सत्तेचा आणि जातीचा अहंकार त्याकाळी मिरवू शकले असते. पण त्यांनी तो पचवला.

व्देषावर विजय मिळवणं ही साधी सोपी गोष्ट नाही. माणूस व्देषाला पावलोपावली बळी पडू शकतो. चारचौघातल्या व्देषाविषयी मी मुळीच बोलत नाही. व्देष हा खूप आत दबा धरुन बसलेला असतो आणि तो उथळ कारणानंच उफाळतो असंही नाही. अगदी आतल्या आणि सबळ कारणानं व्देष मानसिक पातळीवर फणा काढू शकतो. अशा व्देषाला बाहेर निघायला जागा सापडली नाही तर भयंकर विकृत घटना घडू शकतात. क्रोधाचंही तसंच. क्रोधानं जगात अनेक वाईट घटना घडतात. त्या आपण वर्तमानपत्रातून आणि चॅनल्सवरुनही रोज वाचतो- पाहतो. वरवरचा असलेला क्रोध मनुष्य टाळू शकतो पण आत साचलेला क्रोध कशानंही नाही जाऊ शकत.

या सगळ्या गोष्टींना सहज हद्दपार करणारा माणूस देव होत जातो. जसे देव मामलेदार झालेत. ही हद्द पार करणं ज्याला शक्य होतं, जो मरणात जीवन

जगतो, म्हणजे आपण पुढच्या क्षणाला अस्तित्वात राहणार नाहीत तर आपल्या खिशातले हे हजार रुपये आपल्याला काय उपयोगाचे, हा विचार करता आला पाहिजे. जो आपल्याला करता येत नाही. आपण पुढच्या क्षणाला अस्तित्वात नसणार आणि आपली मुलं कोण सांभाळील ही चिंता ज्याला नाही. खरं तर आपल्याला पुढच्या क्षणाची शाश्वती नाही आणि आपण उद्याच्या आर्थिक व्यवहारांचा विचार का करीत असतो. माझ्याकडे जो याचक आला आहे, तो आता या क्षणाला भुकेला आहे आणि सेवानिवृत्तीनंतर माझ्याकडे मृत्यूपर्यंत कसे पैसे शिल्लक राहतील म्हणजे आपल्याला कोणाकडे हात न पसरता दोन वेळचं जेवण करता येईल याचं नियोजन करतोय, म्हणून आपल्याला देव होणं कदापि शक्य होणार नाही.

राजकारण हा ही एक घटक आपल्याला देवत्वापासून रोधून धरतो. राजकारण म्हणजे काय? राजकीय पक्षांचं जे राजकारण चालतं त्याबद्दल नाही बोलत आपण. दोन माणसांच्या संबंधात जे राजकारण चालतं त्या राजकारणाबाबत बोलायचंय. मला एखाद्या मित्राचं वागणं पटत नाही तरी मी त्याला तोंडावर सांगतो की तुझा स्वभाव छान आहे, हे राजकारण आहे. एखाद्याचं वागणं बोलणं मला मनापासून आवडतं पण मी ते कबूल करत नाही हे राजकारण आहे. एखाद्याचं यश आपल्याला हुलकावणी देतं. त्याचे यश आपलं दुःखं आहे आणि तेच यश जर आपल्याला मिळालं असतं तर लोकांना ते आवडावं असं मला वाटतं हे राजकारण आहे. जे मान्य करु नये ते आपण मान्य करतो आणि जे मान्य करायला हवं ते मान्य करत नाही, हे राजकारण आहे. कोणाला दुखवू नये म्हणून त्याला आपण नावाजत राहतो, हे राजकारण आहे. आणि ज्याला दुखवायला नको त्याला दुखवलं जातं हे राजकारण आहे. या राजकारणातून माणूस देव होऊ शकत नाही. माणूस फक्त माणूस राहतो. खरं तर तो नैसर्गिक माणूसही राहत नाही मुळात. माणसाची बुध्दी ही यावेळी वरदान नव्हे तर शाप ठरत असते. बुध्दी नसलेला माणूस वा फक्त आजचाच विचार करणारा माणूस नैसर्गिक जीवन छान जगताना दिसतो. त्याच वेळी बुध्दीवान माणूस आतल्याआत आपणच दाह निर्माण करत जगताना दिसतो. ज्या गोष्टींचा कधी विचार करु नये, ज्यांचा कधी हेवा करु नये त्या गोष्टी करत राहणं हे राजकारण आहे. वासनेचंही तसंच. सारांश, काम, क्रोध, मद, मत्सर, लोभ, दंभ या षड् रिपूंच्या पाशात पूर्णपणं अडकलेल्या माणसाला देव होणं कदापि शक्य नाही.

५.३ देवाचा शोध :

आपल्याला झाडांत देव पाहता येतो. निसर्गात देव पाहता येतो. माणसात देव पाहता येतो. एखाद्या माणसाच्या चरित्रातही देव पाहता येतो. ऐतिहासिक पुरुषांत देव दिसू शकतो. संतांच्या कृतीत तर देव असतोच.

देवाच्या मुर्तीतच फक्त देव असतो असं नाही. मंदिरातच फक्त देव असतो असं नाही. पूजेतच फक्त देव असतो असंही नाही. रोज मंदिरात जाणाऱ्यांना, रोज पूजा करणाऱ्यांना, देवाला फुलं अर्पण करणाऱ्यांना- मुर्तीला अभिषेक करणाऱ्यांना, पारायणं करणाऱ्यांना, यज्ञ विधी करणाऱ्यांना, कपाळावर गंधटिळा लाऊन मिरवणाऱ्यांना वा देवाच्या दानपेटीत पैसे टाकणाऱ्या आदी लोकांनाच फक्त आपण आस्तिक म्हणतो की काय? असं क्रिया- विधी करणारे लोक कदाचित आस्तिक असतीलही, पण अशी कर्मकांडं न करणारे लोकही आस्तिक असतात.

दररोज कर्मकांड करत देव भजणारे लोक विशिष्ट प्रकारच्या भीतीनं ग्रस्त होऊन देवपूजा करतात की काय. भीतीमुळं कोणी देव भजत असेल तर तोही एक स्वार्थच असतो. देवा मला सुखी ठेव, असं म्हणताना इतरांचं काहीही होऊ दे असा प्रतिध्वनी आपल्याला ऐकू येऊ शकतो. इथं देवाला भजणारा माणूस फक्त स्वतःसाठी भजतो. लोकांसाठी नव्हे. आपण सगळ्या वरवरच्या व्यवहाराला पहात असल्यानं आपल्या आस्तिकतेच्या कल्पना संकुचित झाल्या आहेत. कर्मकाडांच्या जखड्यात अडकलेल्यांना आपण आस्तिक म्हणतो आणि बाकीच्यांना नास्तिक ठरवून मोकळं होतो.

संतांच्या आणि देवांच्या चमत्कारातही देवत्व नसतं. देवत्व हे वागण्यातून- कृतीतून दिसत असतं.

५.४ चार पर्याय :

माणसाच्या जन्माला आल्यावर माणसाला नक्की कोण व्हायचं यासाठी त्याच्यापुढं चार पर्याय असतात. मनुष्य, राक्षस, प्राणी आणि देव हे ते चार पर्याय आहेत. माणूस म्हणून जन्माला येऊन तो एक चांगला माणूस म्हणून समाजात जगू शकतो. माणसाला केवळ एक माणूस म्हणूनही जगता येऊ शकतं. घर, प्रपंच नीट सांभाळून जगणारा एक सामाजिक प्राणी म्हणून, म्हणजेच माणूस म्हणून तो आपलं आयुष्य व्यतीत करु शकतो.

माणसाला माणूस म्हणून नीट जगता येणार नसेल तर राक्षस- हैवान म्हणूनही जगता येण्याचा त्याच्यापुढं एक पर्याय उपलब्ध असतो. आजचे दहशतवादी, नक्षलवादी, दरोडेखोर, सतत कोणाचं वाईट करत राहणं वा वाईट होण्याचा विचार करत राहणं हे राक्षस- हैवानतेचे आविष्कार आहेत.

आता जन्माला आलोच आहोत तर जगायचं आहे, असं प्राणी पातळीवर राहूनही जगता येतं. भूक, मैथून आणि झोप या गोष्टींसाठीच जो कायम जगतो तो प्राणी पातळीवरच जगत असतो. या व्यतिरिक्त त्याच्या मेंदूचा विकास करायला तो स्वतःच तयार होत नाही.

आणि जी व्यक्ती या व्यतिरिक्त जगत असते ती व्यक्ती देवत्वाजवळ जाते. हे त्याचं देवपण मात्र चारचौघात प्रकाशात येईलच असं नाही. त्याचं देवत्व लोकप्रिय होऊन लोक त्याला जाता येता देव म्हणतील तरच तो देव असं देवत्व इथं अभिप्रेत नाही. देवत्वाचेही अनेक आविष्कार आहेत. कलागुण, बुध्दीगुण, वैचारिक गुण, मानवी उत्थान आणि सृष्टीविचार करणारे तत्वचिंतक, शास्त्रज्ञ आदी गुणांचा देवत्वात समावेश करावा लागेल. अशा प्रकारचे अनेक होऊन गेलेले देव आपल्याला आज माहीत नाहीत आणि आज जे असे वेगवेगळ्या क्षेत्रात महान कार्य करत हयात आहेत त्यांनाही आपण देव म्हणणार नाही. कारण देवत्वाची आपली संकल्पनाच आपण संकुचित करुन ठेवली आहे. देवत्वाची संकल्पना आपण समजतो त्यापेक्षा विशाल होणं गरजेचं झालं आहे.

अशा अनेक प्रकारे माणसाला देवत्व प्राप्त करता येऊ शकतं. आपल्याला या चार पर्यायांपैकी कोणता पर्याय निवडायचा आहे हे आपण स्वतः ठरवायचं आहे. प्राणी जगतामध्ये फक्त माणसालाच हे पर्याय उपलब्ध आहेत. बाकी प्राण्यांना प्राण्यांसारखंच जगावं लागतं. त्यांना वैचारिक वा आत्मिक उन्नती करता येत नाही. म्हणूनच प्राण्यांना देवत्वापर्यंत जाता येत नाही. शेवटी देवत्वाचा गुण मानवी बुध्दीपर्यंत जाऊन पोचतोच.

५.५ देवत्वाच्या खुणा :

यशवंत भोसेकर हे माणूस म्हणून जन्माला आले. त्यांनी अभ्यास केला. शिकले. उन्नती केली. परोपकारासाठी जगले. आयुष्यभर गरीबांच्या पित्यासारखं वावरले आणि आपल्या रस्त्यात भेटलेल्या प्रत्येकाला मातेसारखी ममता दिली. जन्माला येताना माणूस म्हणून जन्माला आले आणि स्वर्गवासी झाले तरी इथं कीर्तीरुपी देव म्हणून राहून गेले. असे काही देव आपल्या सर्वांनाच माहिती आहेत. सगळ्यांचीच नावं इथं घेता येणार नसली तरी काही उल्लेख करतो.

देव झालेल्या इतर माणसांची नावं आठवतील तशी सहज सांगता येतील. शेगावचे गजानन महाराज, शिर्डीचे साईबाबा, अक्कलकोटचे स्वामी समर्थ, गुलाबराव महाराज आदी देव माणसं माणूस म्हणून जन्माला आले आणि काही चांगल्या कामांमुळं कायमचे पृथ्वीवर देव म्हणून राहून गेले. त्यांच्या जागी इथल्या सर्वसामान्य लोकांना काही देवत्वाच्या खुणा दिसल्या आणि ते देव झाले.

पंढरपूरचे श्रीविठ्ठल सुध्दा एक वीरगळ- वीरदैवत आहे असं म्हणावं लागेल. जिता जागता विठ्ठल म्हणून एक माणूस जन्माला आला आणि वीरगळ- वीर देव झाला. त्याच्या भक्तीच्या निमित्तानं कितीतरी मोठी संत परंपरा त्याने महाराष्ट्राला दिली. पंढरपूरच्या विठ्ठलाची संत परंपरा ही वैश्विकतेने, त्यांच्या काव्याने, तत्वज्ञानाने कितीतरी महान आहे.

सटाण्यातील 'सत्यायनचे प्रतिबिंब' साप्ताहिकात 'मर्मभेद' नावाचं सदर चालवताना दोनहजार चार साली कुंभमेळ्यावरील लिहिलेल्या लेखात प्रस्तुत लेखकानं म्हटलं होतं, *'महाराष्ट्राच्या संत परंपरेत म्हणजे ज्ञानदेव, नामदेव, एकनाथ, तुकाराम या संत परंपरेतील संत गाडगेबाबा हे शेवटचे संत आहेत. गाडगेबाबांनंतरचे खरे संत या महाराष्ट्रात अजून उदयास आले नाहीत हे सत्य आहे...'* (खरं तर गाडगे बाबा हे वारकरी पंथातले पारंपरिक संत नसूनही असं मुद्दाम म्हटलं होतं.) असं म्हणताना माझ्यासमोर आजच्या काळातील संततत्वाचे तथाकथित देव्हारे माजवणारे बुवा होते. म्हणून असं विधान मी त्या लेखात केलं होतं. कीर्तन ही वारकरी संप्रदायाची थोर परंपरा आहे आणि कीर्तनाच्या माध्यमातूनच संत गाडगेबाबांनी वाईट प्रथांवर आणि कर्मकांडावर कोरडे ओढले होते. संत तुकडोजी यांनीही असंच लोकजागृतीचे कार्य केलं. मात्र देव मामलेदार हे नुसते संत नव्हेत, तर ते देव म्हणूनच जनमानसात रुजले- वाढले.

देवाला आपण माणसासारखं बनवलं आहे. आपल्याच रुपात आपण त्याला पहात आलोत. राग, लोभ, प्रेम, काही प्रमाणात दोषही माणसासारखेच आपण त्याला बहाल केले. म्हणूनच माणसाच्या रुपातच सर्व देव आहेत. सगळे देव आपण माणसाळळे हे फार महत्वाचं आहे.

माणुसकी हे केवळ मानवी समाजाचे मूल्य आहे, ते संस्कृती बरोबर अधिक प्रगल्भ होत गेलेले तत्व आहे. माणुसकी आली की देवत्व फार लांब नाही. म्हणूनच आपली नैतिक उन्नती करुन घेण्यासाठी अध्यात्म असतं, धर्माचं अधिष्ठान असतं. धर्म आणि अध्यात्म हे देवत्वाचे वा कर्मकांडांचे देव्हारे माजवणारं साधन नसतं.

५.६ पाप आणि पुण्य :

देवाची आराधना करताना ठराविक साच्यातील पाप पुण्याच्या संकल्पनाही आपण आपल्यापुरत्या निश्चित करुन टाकल्या आहेत. म्हणजे स्वस्त पोथीतला मजकूर वाचून आपण पाप- पुण्याची गणना करतो ती मुळातूनच अज्ञानावर आधारीत आहे.

अंध, अपंग, कर्णबधीर, मंदबुध्दी, कोड आलेले, मुके, कुष्ठरोगी आदी शारीरिक व्यंगाकडे पाहताना सर्वसामान्य लोक आजही वेगळा दृष्टीकोन ठेवतात. (कालपरवापर्यंत जातीव्यवस्थेकडे पाहताना सुध्दा हाच दृष्टीकोन होता.) आधीच्या जन्मात पाप केल्यामुळं त्यांच्या वाट्याला हे दुख आलं असं सांगितलं जातं. यात स्वतःला धार्मिक- अध्यात्मिक समजणारे तथाकथित काही आस्तिक लोक तसा प्रचार करतात, हे त्याहून मोठं दुर्दैव.

आजही अनेक सुशिक्षित समजले जाणारे लोक अंध- अपंगांचा असा उल्लेख करतात. शारीरिक व्यंग असलेल्या माणसानं कायम शारीरिक तंदुरस्त असलेल्या माणसाचा सहानुभुतीचा विषय होत रहावं अशी अपेक्षा त्यांच्याकडून केली जाते. तसेच जी व्यक्ती अपंग असल्यामुळं आपल्या न्याय हक्कासाठी भांडत असेल तर लोकांना त्या व्यक्तीचा तो आगावूपणा वाटतो.

शाकाहार करणं म्हणजे सात्विक व पुण्यवान आणि मांसाहार करणं म्हणजे तामसी व नास्तिक अशी सरसकट वर्गवारी केली जाते, ती सुध्दा अज्ञानमूलक आहे.

सत्य गोष्टी सांगणे म्हणजे फटकळ, खडूस आणि सत्य लपवून गोड बोलणं म्हणजेच तोंडावर स्तुती करणं याला चांगुलपणा म्हटलं जातं. ही परिमाणं जोपर्यंत आपण बदलत नाही तोपर्यंत देवत्व आपल्यापासून कित्येक कोस दूर आहे असं समजावं.

५.७ जग सुंदर हवं :

माणसातल्या चांगुलपणातच मी देवाचं दर्शन घेत आल्यामुळं मला इथं अनेक देवमाणसं भेटली आहेत. अशा चांगल्या माणसांमुळंच हे जग सुरळीत चाललं आहे. वाईट माणसांच्या विचारांकडे, असं म्हणण्याऐवजी माणसांच्या वाईट विचारांकडं कानाडोळा करुन जीवन जगणं अधिक सुसह्य करता येतं. वाईट विचारांच्या लोकांनाही देव कायम क्षमा करत राहो.

मुळात हे जग सुंदर आहेच. पण असे काही वाईट अनुभवही येत राहतात की वाटतं आता आहे त्यापेक्षा हे जग नक्कीच कितीतरी पटीने सुंदर असू शकलं असतं. लाच, भ्रष्टाचार, गरीबी, लाचारी, हिंसा, जातीभेद, वर्गभेद, लिंगभेद, धर्मभेद, रंगभेद, व्यंगभेद, अहंकार, धार्मिक कलह, दुसऱ्याला कमी लेखणं, टवाळी, निंदा, नालस्ती, शोषण, अवास्तव स्तुती, खुशमस्करी, लांगुलचालन, मत्सर, व्देष, प्रांतीय भेद, भाषाव्देष, पापाच्या कल्पना, लबाडी, लूट, भेसळ, नफाखोरी, अपंगांकडं पाहण्याचा दुषित दृष्टीकोन बदलून हे जग आहे त्यापेक्षा सुंदर करता येणार नाही का आपल्याला? का करता येऊ नये? दुसऱ्याचा आदर

करायला शिकलं तर हे सहज शक्य आहे. शाब्दिक हिंसा जोपर्यंत होत राहील तोपर्यंत पाशवी हिंसाही होत राहील. बळी तो कान पिळी ही म्हण ज्या दिवशी नामशेष होईल व विचारांना प्रतिष्ठा मिळेल तो दिवस माणुसकीच्या इतिहासात सुवर्णाक्षरात लिहिला जाईल. म्हणून या पुढं हे जग अजून सुंदर होईल अशी आपण अपेक्षा बाळगून राहू या.

५.८ घावांतून देवपण :

टाकीचे घाव सोचल्याशिवाय देवपण येत नाही, हे सर्वांनाच माहिती असतं. मात्र आपल्याला फक्त एक महामानव हवा असतो की ज्याच्या चलनी नाण्यावर दैनंदिन राजकारण करता येईल. मग ते राजकारण कोणत्याही क्षेत्रातलं असो. महान होताना त्या विशिष्ट व्यक्तीनं काय हलाहल पचवले त्याचा अभ्यास नको असतो. आज ऐतिहासिक कालखंडाच्या पटलावर ज्या ठळक ऐतिहासिक महान व्यक्ती आढळतात त्या अगदी सहजपणं संधी मिळून पुढे गेलेल्या व्यक्ती नाहीत. अशा व्यक्तींच्या आयुष्यात वेळोवेळी मानापेक्षा अपमानच जास्त वाट्याला आलेला असतो. काही वेळा तर स्वाभिमान बाजूला ठेऊन परिस्थितीशी जुळवून घेत पुढं जाणं स्वतःच्या आणि इतरांच्या दृष्टीनंही समाजासाठी हिताचं असतं. अशा तडजोडी करत आपल्या आयुष्यात ही व्यक्ती ध्येयाकडं मार्गक्रमण करीत असते.

पण हीच व्यक्ती पुढं ऐतिहासिक श्रध्दास्थान बनली की त्या व्यक्तीचं वस्तुनिष्ठ समीक्षण सामान्य माणसाला रुचत नाही. ती व्यक्ती जन्मल्यापासून मरेपर्यंत महानच कशी होती ह्याच्या पुराणाच्या आवरणाखाली आख्यायिका तयार होतात. इतिहासापेक्षा दंतकथा मनुष्यप्राण्याला जास्त प्रिय असतात. अशा दंतकथा मेंदूत पकडून ठेवण्याच्या मानसिकतेमुळंच लोक दुखावतात- लोकांच्या भावना दुखावतात व असहिष्णुता वाढत दंगली होतात, लुटमार- जाळपोळ होते, राष्ट्रीय संपत्तीचं हनन होतं. घडलेल्या घटनेशी दूरान्वयानंही संबंध नसलेल्या व्यक्तींचा अशा असहिष्णुतेत बळी देणं दंगलीचं नेतृत्व करणाऱ्या नेत्यांना आक्षेपार्ह वाटत नाही.

सांगायचा मुद्दा असा की आज जे थोर लोक आपण पूजतो मग कोणी ते ऐतिहासिक पुरुष असोत की आपण देवत्व बहाल केलेले थोर महात्मे असोत. त्यांनी जीवन जगताना अनेक हालअपेष्टा, अपमान सहन केलेला असतो. अशा हालअपेष्टांतून ते आजच्या थोरपणापर्यंत जाऊन पोचलेले असतात. देव मामलेदार यांच्या वाट्यालाही कमी यातना आलेल्या नाहीत. वेगवेगळ्या संशयांपासून नोकरीतून बडतर्फ होण्याच्या नामुष्कीपर्यंत त्यांच्या वाटेत काटेच

काटे होते. पण या सर्वांपासून स्थितप्रज्ञासारखं लांब राहून त्यांनी आपली आत्मीक उन्नती करुन घेतली.

वाईटपणा सर्वसामान्य माणसाऐवजी जो प्रामाणिक असतो, जो कोणाच्या वाट्याला जात नाही अशा माणसाला जास्त छळत असतो. सगळीकडे आजही हेच दृष्य पहायला मिळेल की जो कळप करुन रहात नाही, जो वरिष्ठांची हाजी हाजी करत नाही, मर्जी सांभाळत नाही. आपण भलं आणि आपलं काम भलं अशा आपल्याच तंद्रीत राहणाऱ्या माणसाचं हे जग नाही. त्याला कोणात न मिसळणारा- माणूसघाणा ठरवलं जातं. त्याच्या मदतीला कोणी धाऊन येत नाही. म्हणून असा माणूस समाजात एकटा पडत जातो आणि जो व्यक्तीगत पातळीवर राजकारण खेळतो तो वाईट गोष्टी करत असूनही सर्वत्र तोंडांवर नावाजला जातो.

समाज गृहीत धरुन चालतो आणि आपणही मनाला आगळ घालतो की जो चांगला माणूस आहे त्याच्या वाट्याला कोणी जात नाही. पण हे चुकीचं गृहीतक असून समाजात अशाच माणसाला सर्वत्र आणि सगळीकडून वेगवेगळ्या अन्यायांना सामोरं जावं लागतं. तोंड द्यावं लागतं. मात्र जो जशालातसं वागून आपलं पाशवी अंग दाखवतो, त्याच्या वाट्याला कोणी जात नाही, त्याला त्रास होत नाही, ही वस्तुस्थिती आहे. ती बदलणं आपल्या हातात आहे.

५.९ देव आणि माणूस :

आधी देव का आधी माणूस? म्हणजेच माणसानं देवाला जन्माला घातलंय का देवानं माणसाला जन्म दिला? का आज आपण जे देव मानतो ते देव सगळ्याच प्रकारच्या सजीवांचे देव आहेत? प्राण्यांना देव आहे का? असेल तर तो कोणता आहे? प्राणी आपल्या देवाची प्रार्थना कशी करतात? प्राण्यांच्या देवांची मंदिरं कुठं असतात? समजा प्राण्यांचा देव मूर्त स्वरुपात असला तर त्या देवाची मूर्ती कशी असेल? वाघांचा देव वाघासारखा राहील का? पक्ष्यांचा देव पक्षीसारखा दिसेल का? किटकांचा देव किटकांसारखा घडवला जाईल का? तसं असणार असेल तर माणसाचा देव हा सुध्दा मंदिरातील मूर्तीत माणसासारखा घडवला जाईल. जसा आज परंपरेनं तो माणसासारखाच घडवला जातो.

माणूस ज्या देवाची पूजा करतो. माणूस ज्या देवाची मंदिरं बांधतो. माणूस ज्या मूर्तीची पूजा करतो, ते बहुतांश माणसासारखे दिसतात. माणसासारखे वागतात. माणसासारखे असतात. (बहुतांश म्हणण्याचं कारण हनुमान, गणपती, नरसिंह असं काही पशुवाकार देव आहेत पण ते अपवादात्मक.) देव एकतर पूर्णपणे पुरुषासारखा असतो वा स्त्री सारखा असतो. याचाच अर्थ मनुष्य हा आपल्या देवाला आपल्याच बाह्य आकारात- रुपात पाहतो.

माणसाचे देव काल्पनिक नाहीत. ते जन्माला येतात. माणसासारखे वाढतात-वागतात. पृथ्वीवर आपल्या लीला दाखवतात. आपल्या कृतीतून इथं देव म्हणून सिध्द होतात. म्हणूनच माणसाचा देव हा मंदिरांतून- मूर्तीतून माणसासारखा दिसतो, नव्हे जन्माला येऊन गेलेल्या माणसाला देवाचा अवतार ठरवून त्याच्या मृत्यूनंतर त्याला देव म्हणून मंदिरांतून मंडीत करतात.

माणूस, देवाची मूर्ती घडवताना त्याला दोन डोळे, दोन कान, दोन हात (काही देवांना जास्त हात असतात हा अपवाद. देवाला इतके हात असल्यामुळं तो सर्वसाधारण माणसापेक्षा इतकी मोठी कामं करु शकतो हे रुपक.), दोन पाय, नाक, चेहरा वगैरे सगळं माणसासारखं घडवतो. कारण माणसाला आपला देव आपल्या स्वतःच्या रुपात भावत असतो.

श्रीकृष्ण माणूस म्हणून जन्माला आले आणि देव होऊन गेले. राम मनुष्य म्हणून जन्माला आले आणि देव होऊन गेले. येशू ख्रिस्त माणूस म्हणून जन्माला आले आणि देव होऊन गेले. गौतम बुध्द माणूस म्हणून जन्माला आले आणि देव होऊन गेले. महावीर माणूस म्हणून जन्माला आले आणि देव होऊन गेले. गुरु नानक माणूस म्हणून जन्माला आले आणि देव होऊन गेले, महमद पैगंबर माणूस म्हणून जन्माला आले आणि देव होऊन गेले. तीच गोष्ट शंकर, विष्णु, ब्रह्मा, पार्वती, लक्ष्मी, सरस्वती अशा सगळ्याच देवतांबद्दल म्हणता येईल. तसं नसतं तर आपण त्यांच्या लीला इतक्या माणसाळलेल्या शब्दांत रंगवल्या नसत्या. पोथ्या पुराणातून त्यांच्या माणुसपणाचे ठसठसशीत पुरावे मिळतात. (आता अनेक मालिकांतून देव दृक-श्राव्यतेमुळं अजून जास्त प्रमाणात माणसाळले. पूर्वी फक्त काही चित्रपटातून देव बोलायचे- दिसायचे. आता टीव्हीतून रोज दिसतात-बोलतात.) सगळे देव माणसांसारखे सहजपणं मोकळपणानं वावरतात.

याचा अर्थ असा की, पूर्वी होऊन गेलेल्या या थोर आणि महामानवांना आपण त्यांचे आदर्श घेण्यासाठी वाङ्मयातून चिरंजीव करुन ठेवलं आहे. म्हणजेच माणसानेच देवत्वाला जन्म दिला आहे. देव ही संकल्पना माणसाची आहे. ही मानवाची मानवाला देव करण्याची थोर परंपरा फक्त मानवात आहे. अशी परंपरा इतर प्राण्यांमध्ये दिसून येत नाही. कारण देवत्व देण्याइतकी प्रज्ञा इतर प्राण्यांत नाही. म्हणून या मानव नावाच्या चालत्या बोलत्या आणि वैचारिक अधिष्ठान लाभलेल्या माणसाला शतशः वंदन करावं. तीच पूर्वपरंपरा आपण कायम ठेऊन अनेक महात्म्यांना देवपण देत त्यांना आजही कायमस्वरुपी या पृथ्वीतलावर अजरामर करतो आहोत.

माणूस जेव्हा देव होतो तेव्हा त्या हाडामांसाच्या माणसात काय बदल होत असतील? त्यावेळी त्याच्या मेंदूपासून हृदयापर्यंत सगळं काही ठीक नसणारच. माणूस देव होतो तेव्हा माणसाच्या त्यागाची कल्पनाही करवत नाही. सगळं माणूसपण गुंडाळून देवपणाला सामोरं जाणं ही साधीसुधी घटना नाही. अहंकार, वासना, लोभ, सत्ता, राजकारण (सूक्ष्म अर्थानं), विकार, विचार, विवेक, बौध्दीक क्षमता, प्रतिकार क्षमता यांचा त्याग करणं म्हणजे दुसरा मृत्यूच. देहात राहून विदेही होत वैदेही वावरणं हे एखाद्या शतकात कधीतरी कोणाला तरी कुठंतरी जमतं. ह्या रोज रोज होणाऱ्या घटना नसतात. आणि म्हणूनच अशा विशेष मानवासमोर सर्वसामान्य माणसाचे दोन हात नमस्कारासाठी आपोआप जोडले जातात.

देव मामलेदार यांना मिळालेलं देवपणही याच वर्गात मोडतं. देव मामलेदार तर थोर आणि देवपुरुष होते यात शंकाच नाही. पण त्यांच्यातले देवपण ओळखून त्यांना देवपण देणारा इथला माणूसही मनानं तितकाच थोर आहे, हे ही आपल्याला मान्य करावं लागेल.

6

तेहतीस कोटी : एक संकेत

प्रास्ताविक :

हिंदू संस्कृतीमधील देवांच्या थोर परंपरेत तेहतीस कोटी देव अस्तित्वात असल्याचं आपल्याला सांगितलं जातं. तेहतीस कोटी या विशिष्ट आकड्यामागे नक्कीच काहीतरी कारण असावं. ते कारण कोणतं याचा विचार करावा लागेल. तेहतीस कोटी या संख्यात्मक आकड्यामागं तीन प्रकारचे अर्थ जाणवतात. एक : वाचार्थ- वाचिक अर्थ, दोन : लक्षणार्थ- लाक्षणिक अर्थ, आणि तीन : संकेतार्थ- सांकेतिक अर्थ.

६.१ वाच्यार्थ- वाचिक अर्थ :

इसवीसनापूर्वी आपल्या संस्कृतीत तेहतीस कोटी देव होते. इसवी सन एक हजार मध्ये तेहतीस कोटी देव होते. सन पंधराशे मध्ये तेहतीस कोटी देव होते. आणि आज सन २०२१ मध्ये सुध्दा फक्त तेहतीस कोटीच देव आहेत. असं का. खरं म्हणजे देवांची संख्या दिवसेंदिवस वाढत आहे. म्हणून या आकडेवारीतही ती वाढायला हवी होती. जे पूर्वपरंपरेतून चालत आलेले तेहतीस कोटी देव आहेत त्यात आपण आजच्या देव झालेल्या असंख्य देवांची गणना करत नाहीत की काय. उदाहरणार्थ, शेगावचे गजानन महाराज, शिर्डीचे साईबाबा, अक्कलकोटचे स्वामी समर्थ, गुलाबराव महाराज, देव मामलेदार आदी देवमाणसं माणूस म्हणून जन्माला आले आणि देव होऊन गेले, यांची गणना आपण त्या तेहतीस कोटी देवांमध्ये का नाही करत?

या तेहतीस कोटी देवांत देव मामलेदारांसारखे काळानुसार नवे देव येत असूनही संख्येत वाढ का होत नाही, हा प्रश्न कोणालाही पडू शकतो. ही संख्या दिवसेंदिवस वाढायला हवी. तरीही अजून आपण तेहतीस कोटी देव आहेत असंच का म्हणतो. खरं तर तेहतीस कोटी एकवीस, तेहतीस कोटी एकशे एक, तेहतीस कोटी दोन हजार सदतीस अशी देवसंख्या वाढायला हवी होती.

इथं या भारत भूमीत रोज नवनवीन देव जन्माला येतात. लोक लोकांना- देवमाणसांना देवपण देतात. असे देवलोक इथं जर वाढत असतील तर जरुर वाढले पाहिजेत. अगदी रोज एकाने का होईना पण देव लोक वाढले पाहिजेत. कारण जसजसे देवलोक वाढत जातील तसतसे माणसातले राक्षस कमी होत जातील. मात्र अशा देवांची पूजा डोळसपणे झाली पाहिजे. अंधपणे नव्हे. तेहतीस कोटी हा देवांचा आकडा स्थिर का आहे, याचं चिंतन करणं आता आवश्यक झालं आहे.

ज्यांना देवपण द्यायला हवं असे लोक कोणत्याही काळात जन्माला येत राहतात. या भूलोकांत आपलं देवपण सिध्द करतात. आपल्या हयातीतच देव म्हणून सर्वसामान्य लोकांत सर्वमान्य होतात. त्यापैकी काही उदाहरणं वर सांगितली आहेत.

पण आपण नुसत्या सवयीने तेहतीस कोटी म्हणतो की काय. तेहतीस कोटी म्हणण्याच्या प्रथेमुळं नवीन देव आपण या संख्येत मिळवत नाहीत की काय. इतक्या लोकांना देवपण देण्याचं औदार्य इथल्या संस्कृतीत आहे हा आपलाही म्हणजे लोकांचाही थोरपणा म्हणावा लागेल. आपल्या संस्कृतीत तेहतीस कोटी इतके प्रचंड देव असणं यात वाईट वाटण्याएेवजी अभिमान वाटायला हवा अशी ही घटना आहे.

जेव्हा संपूर्ण हिंदुस्तानाची- भारताची लोकसंख्याही तेहतीस कोटी नसेल तेव्हाही देव तेहतीस कोटी होते. म्हणजे त्या आधी प्रत्येक होऊन गेलेला माणूस- जन्माला आलेला माणूस, हा देवमाणूस होऊन गेला की काय अशी शंका घेण्याइतपत ही बाब गंभीर आहे. इतकी देवमाणसं देणारी संस्कृती इथं नांदत होती ही विलक्षण घटना आहे. पूर्वी इथल्या प्रत्येक माणसाचं देवपण अधोरेखित होत असावं असं म्हणायला नक्कीच जागा आहे. खरं तर आदिम काळी इथं सर्वत्र सगळी देवमाणसंच असावीत. पण कालांतरानं देवमाणसांतून काही नुसती माणसं म्हणून शिल्लक राहिलीत, काही माणसं राक्षस योनीत गेली असावीत तर काही प्राणी पातळीवर राहिली असावीत अशी अनुमानं काढता येऊ शकतात. अशा आधीच्या देवमाणसांमुळंच त्यांचे अवशेष म्हणून आजही माणसांचं आडनाव देव असल्याचं आढळतं की काय.

६.२ लक्षणार्थ- लाक्षणिक अर्थ :

तेहतीस कोटी या संज्ञेचा खूप दिवसांपासून शोध घेत आहे. त्यासाठी अनेक प्रकारचे संदर्भ तपासून पाहिले. अनेक जणांशी प्रत्यक्ष चर्चा झाली आणि शेवटी तेहतीस कोटी देवांचं कोडं उलगडल्यासारखं वाटलं.

काही धर्मचिकित्सक वा धर्मकर्मठ लोक वाद घालताना कोणाला अडचणीत आणण्यासाठी एक प्रश्न कुठंही हमखास विचारतात, ''हिंदू धर्मात तेहतीस कोटी देव असल्याचं सांगितलं जातं, ती कोणती आहेत आणि त्यांची नावं काय? त्यांची सर्व नावं माहिती आहेत का? कोणाकडून ऐकली तरी आहेत का?" आणि आपले देवभोळे भाबडे लोक अशा खोचक प्रश्नांसमोर सपशेल गडबडून जातात. काही जिज्ञासेनं हा प्रश्न विचारतात. कधी कधी खोडसाळपणानंही असे प्रश्न विचारले जातात.

मुळात संस्कृतीत विज्ञाननिष्ठताही असते. धर्म ही संज्ञा इथं हेतूत: वापरली नाही. कारण हिंदू ही एक जगण्याची पध्दत आहे आणि धर्मापेक्षा व्यापक अर्थ या संस्कृतीत अनुस्युत आहे. स आणि ह यांचं पूर्वापार साम्यार्थानं ध्वन्यार्थ होत आला आहे. जसं सात दिवसाच्या सप्ताहाला आपण हप्ता म्हणतो, तसं सिंधू नदीच्या अलीकडील लोकसंस्कृतीला सिंधूवरुन हिंदू नाव पडलं. हिंदू हे केवळ सिंधूचा अपभ्रंश नाही तर ते नामसाम्यच आहे. अशा या हिंदू संस्कृतीत अनेक धर्म आपल्या लोकसंस्कृतीच्या पोटात घेण्याची क्षमता पूर्वापार चालत आलेली आहे. म्हणूनच या हिंदू जीवन पध्दतीत जीवननिष्ठ विविधता आढळून येते. एकच एक मानवी आयुष्य अभ्यासाला कमी पडेल इतकं अतिभौतिकी ज्ञानासह अनेक कला इथं उदयास आल्या आहेत. आपण हे सर्व आत्मसात करू शकत नाहीत. म्हणून या गोष्टी आपल्याला अगम्य वाटतात.

आता मूळ विषय असा, की तेहतीस कोटी या शब्दाचा जो आपण सरळसरळ तेहतीस करोड असा अर्थ लावतो, तो सपशेल चुकीचा आहे. तसा अर्थ लावला तर हाती काहीच लागत नाही. संस्कृत भाषेत कोटी या शब्दाचा अर्थ परिमाण असा होतो. म्हणजेच त्याला इंग्रजीत Degree अथवा सोप्या मराठी भाषेत, "प्रकार" म्हणता येईल. कोटी ही संज्ञा ज्यावेळी आपण चलन- पैशांसंदर्भात वापरतो तिथंही हाच अर्थ मुळात अभिप्रेत असतो, हे विचारांती लक्षात येईल. शिवाय आपण गणितात "बैजिक पदांच्या कोटी'' ही संज्ञा वापरतो तिथंही हाच अर्थ अभिप्रेत असतो.

तेहतीस कोटी देव, म्हणजे तेहतीस प्रकारचे देव. म्हणजे नेमके कोणते देव? त्यांची नावे : धाता, मित्र, अर्यमा, शक्र, वरुण, अंश, भग, विवस्वान, पूषा, सविता,

त्वष्टा आणि विष्णू हे बारा आदित्य. (संदर्भ : महाभारत, आदि ६५ / १५-१६)

धर, ध्रुव, सोम, अह:, अनिल, अनल, प्रत्यूष आणि प्रभास - हे आठ वसु. (संदर्भ : महाभारत, आदि ६६ / १८)

हर, बहुरुप, त्र्यम्बक, अपराजित, वृषाकपि, शंभू, कपर्दी, रैवत, मृगव्याध, शर्व आणि कपाली हे अकरा रुद्र (संदर्भ : हरिवंश, १ / ३ / ५१-५२)

आणि याखेरीज दोन अश्विनीकुमार!

असे सारे मिळून तेहतीस प्रकारचे देव होतात. तेहतीस कोटी या आकड्यामागे ही संकल्पना आहे, हे लक्षात घ्यायला हवं.

६.३ संकेतार्थ- सांकेतिक अर्थ :

या तेहतीस कोटी आकड्यामागे एक लोक समजूतीतला सांकेतिक अर्थही काम करतो आहे. जो मुळात लोकसंस्कृतीतला असून नंतर कालांतराने तो वेदांपासून संस्कृत वाड्.मयात स्थिरावला असावा. या लोक संकेतार्थाचं विस्तृत विवेचन करण्यासाठी मी एक अहिराणी भाषेतील लोकगीत व विविध लोक परिमाणातले आकडे यांचं उपयोजन करीत आहे:

वणी -नांदुरीच्या गडावरील सप्तशृंगी देवीवर आमच्या विरगावातले लोक डफावर रांगड्या आवाजात एक लोकगीत गातात. त्या गीतातला काही भाग असा आहे.

... वणी दिंडोरी

गायमुखलानी

तल्लोडीनं पानी...

तल्लोडीनं पानी व माय

तल्लोडीनं पानी...

...तीनशे साठ पायऱ्या

चढीच गयी नीट

चढीच गयी नीट वं माय

चढीच गयी नीट...

ह्या गाण्यात देवीच्या गडाच्या पायऱ्या तीनशे साठ आहेत असा स्पष्ट उल्लेख आहे. हे एक अहिराणी भाषेतील लोकगीत आहे. लोकगीतांची जी वैशिष्ट्ये असतात ती यातही दिसतात. जोरकस भाषा, रांगडा ढंग, पहाडी आवाज, आवर्ती लय आणि श्रध्दा यांच्यातून हे लोकगीत वाड्क तत्वानुसार स्पंदन पावताना दिसतं.

मी लहान होतो आणि देवीच्या गडावर गेलेलो नव्हतो, तेव्हा सप्तशृंगी गडाबद्दल जे खूप काही ऐकायला मिळत असे, ते ऐकून मी अवाक होत असे. गडाची उंची, गडावर चढण्यावेळी मध्ये जो रडतोंडीचा घाट लागतो, तिथं चढताना मनुष्य खरोखरच रडू लागतो, पुढं अजून चढलं की सपाटी लागते. सपाटीवर संपूर्ण एक गाव वसलेलं आहे. तिथं चितकडा आहे. चितकडाचा नवस बोलून कोणी तिथून खाली खोल दरीत उडी घेतो तर कोणी बैलगाडीसह उडी घेतात आणि तरीही ते जीवंत राहतात वगैरे. अशा अनेक अद्भूत दंतकथा ऐकून मी भारावून जात असे.

गडावरील यात्रा, अंगात वारं घेऊन घुमणाऱ्या बाया, लांबलाबून पायी चालत येणारे भक्त असं बरंच काही बाही ऐकत होतो. डोंगराच्या सपाटीवरुन वर तीनशे साठ पायऱ्या चढून गेलं की मग सप्तश्रृंगी देवीचं मंदिर! असं जाऊन येणारे लोक वर्णन करुन सांगायचे. मी तोपर्यंत गडावर गेलेलो नव्हतो.

मी गडावर पहिल्यांदा गेलो, तेव्हा गडाची ती भव्य उंची, तो आडदांडपणा दिसला. चढ चढण्याचा- रडतोंड्या घाटाचा अनुभव स्वतः घेतला. तेव्हा सपाटीपर्यंत गाड्या जात नव्हत्या. कारण आत्ताचा वाक-वळणांचा रस्ताही तयार झालेला नव्हता.

सपाटीपर्यंत अनेक ठिकाणी विश्रांती घेत चढून येतानाच मी थकून गेलो होतो. सपाटीवर पुन्हा एकदा विश्रांती घेऊन तीनशे साठ पायऱ्या चढायला लागलो. चढताना पहिल्या पायरी पासून पायऱ्या मोजत गेलो. शेवटपर्यंत पायऱ्या भरल्या चारशे चौऱ्याहत्तर.

गडाच्या पायऱ्या चारशे चौऱ्याहत्तर असूनही लोक 'तीनशे साठ' का म्हणतात, हा प्रश्न मला तिथंच सतवायला लागला. गीतात अथवा तोंडी सांगण्यासाठी नक्की आकड्याचा उल्लेख करणं अवघड असलं तरी सर्वसामान्यापणे पावणे पाचशे असा उल्लेख तरी हवा होता. हा प्रश्न तेव्हापासून माझ्या मनातल्या सांदीकोपऱ्यात तसाच पडून होता.

पुढं भील्ल आणि कोकणा जमातीच्या डोंगऱ्या देवाच्या उत्सवाचा अभ्यास करताना इथल्या लोककथा- लोकगीतातही तीनशे साठ हा आकडा मला अधून मधून भेटायला लागला. ऐकायला मिळू लागला. डोंगऱ्या देवाच्या गडांची संख्याही 'तीनशे साठ' असल्याचं माझ्या निदर्शनास आलं. जिथं तिथं डोंगऱ्या देवांचं स्थान असतं त्या त्या डोंगरांला आदिवासी बांधव गड म्हणतात. गडाचा कोणताच भव्यपणा ह्या डोंगरांना नसूनही त्यांचा उल्लेख गड असाच केला जातो. ह्या गडांच्या जवळपास ज्या बाऱ्या असतात त्या सुद्धा एकतर 'तीनशे साठ' असतात अथवा 'नऊ लाख' असतात हे ही लक्षात आलं.

देवीच्या गडाच्या पायऱ्यांची संख्या तीनशे साठ का? हा प्रश्न माझ्या मनातल्या सांदीकोपऱ्यात पडून होता, तो पुन्हा या उल्लेखामुळं उफाळून आला.

लोककथा-लोकगीतं, लोकपरंपरा, लोक परिमाणं, लोकव्यवहार यांचा पुन्हा पुन्हा अभ्यास करुन लोकसमजूती समजून घेण्याचा प्रयत्न करीत आहे. तेव्हा विचारांती काही संगती लागत असल्याची निरीक्षणे - अनुमाने हाती आली.

विचार करताना लोकसमजुतींमध्ये तीनशे साठ ह्या आकड्यांसारखेच नऊ लाख, छप्पन्न, सव्वा लाख, सव्वा मण, सतराशे साठ, असे आकडे मिळायला लागलेत.

इथं ज्ञानेश्वरीतील काही ओव्यांचीही आठवण झाली. ज्ञानेश्वरीतील ओवी योजनेमुळं सैन्याची मोजदाद वस्तुनिष्ठपणे न करता अपार या शब्दानं केलेली आढळते. अपार याचा अर्थ खूप जास्त असा घ्यावा लागतो. संत ज्ञानदेव यांनी छप्पन्न भाषांचा गौरव केला आहे. ज्ञानदेवांना छप्पन्न भाषा अवगत होत्या, असा उल्लेख संत नामदेवांच्या अभंगात सापडतात. छप्पन्न भाषा म्हणजे नेमक्या छप्पन्नच भाषा नव्हेत. त्या भाषा कोणत्या? असा प्रश्न कोणी अभ्यासक विचारु शकतो. पण विचारांती छप्पन्न भाषा म्हणजे नेमक्या मोजून छप्पन्न भाषा नाहीत तर अनेक भाषा, खूप भाषा असा अर्थ इथं अभिप्रेत आहे. असा अर्थ लावणं योग्य असून तो यथार्थ वाटतो. कारण हा लोकसमजुतीतला - लोकपरिमाणातला आकडा आहे, संख्याशास्त्रातला नाही.

म्हणूनच लोकसाहित्यात अनंतता, भव्यता, दिव्यता ह्या गोष्टी मनावर स्पष्ट बिंबविण्यासाठी तीनशे साठ, नऊ लाख, सव्वा लाख अशा प्रकारचे सामान्य नामासारखे आकडे वापरले जातात, हे स्पष्ट होतं. उदाहरणार्थ, आपली झाकलेली मुठ जशी कायम सव्वा लाखाची असते तशाच कोणत्याही गडाच्या पायऱ्या या तीनशे साठ असतात आणि त्यांच्या बाऱ्या नऊ लाख असतात.

सारांश, अध्यात्मिक आणि लोकसमजुतीतील मोजदाद अंकगणिताने होत नाही तर ती कोणत्याही भाबड्या खेडूत माणसाला सहज कळेल अशा तीनशे साठ ह्या चिन्हांसारख्या शब्दांनी होताना दिसते. म्हणून लोकसंस्कृतीतील तीनशे साठ हा शब्द आकडा नसतो. काटेकोर मोजमाप नसतं. खूप या अर्थाचा तो एक पारंपरिक संकेत असल्याचे स्पष्ट होतं.

याच अर्थानं 'तेहतीस कोटी' हा आकडा सुध्दा देवांची संख्या खूप आहे या लाक्षणिक अर्थानं वापरलेली ती एक खूण आहे- चिन्ह आहे. म्हणून आधीच तेहतीस कोटी असलेल्या देवांमध्ये रोज नवनवीन देवांची भर पडत असूनही हा तेहतीस कोटी आकडा स्थिर आहे. कारण देवांची संख्या सांगण्याची ती एक

सर्वमान्य खूण आहे. काटेकोर आकडा नव्हे. देव मोजण्याचं परिमाण तेहतीस कोटी हे आहे. म्हणूनच आधी सांगितल्याप्रमाणं देवांची संख्या ही तेहतीस कोटी एकवीस, तेहतीस कोटी एकशे सदतीस अशी न वाढता संकेतार्थानं ती स्थिर राहते.

भाग तिसरा : देवाचिये व्दारी

7

तिसऱ्या भागाचे प्रास्ताविक

हा भाग तसा आत्मचरित्रात्मक म्हणता येईल. पण देवत्वाच्या व्यापक अर्थासाठी ह्या भागातील प्रकरणं उद्धत करणं आवश्यक वाटतं. जिथं देव आहे आणि निसर्गही आहे तिथंतिथं पर्यटनाला जायला आपल्याला आवडतं. जिथं देव आहे पण अजिबात निसर्ग नाही तिथं जायला बहुतेकांना आवडत नाही. प्रस्तुत लेखक तर निसर्गालाच देव मानतो. कपालेश्वर, दोधेश्वर, आईभवानी, पद्मनाभ् स्वामी, सप्तश्रृंगी देवी यांच्या मंदिरांजवळ निसर्ग आहे. तिथं आपण रमतो. पुन्हा पुन्हा जातो. निसर्गात देवाचं रुप आहे, नव्हे निसर्ग हाच मूळ देव आहे आणि जे आपण मूर्त स्वरुपात पूजतो ते देवाचे एकेक आविष्कार आहेत. म्हणूनच अनेक देवस्थानकांच्या आसपास देवराई आजही पहायला मिळतात. देवराई म्हणजे देवाच्या नावानं राखून ठेवलेलं रान. देवाचं रान असल्यामुळं हे रान तोडलं जात नाही. भारतातील सगळी जुनी मंदिरं पहा. तिर्थक्षेत्रं बघा. त्यांच्या आसपास निसर्ग आहे. निसर्गाच्या सानिध्यातील देवांत म्हणजे देवाच्या व्दारी लहापणापासून कशापध्दतीनं रमलो हे ह्या भागात सांगण्याचा प्रयत्न करतोय.

२००३ ते २००५ या दरम्यान सटाणा इथं सत्यायनचे प्रतिबिंब नावाचं साप्ताहिक सुरु झालं होतं. त्यात एक वर्ष 'अहिरानी वट्टा' या नावानं तर दुसऱ्या वर्षी 'मर्मभेद' नावाचं सदर चालवलं होतं. 'अहिरानी' वट्टा या नावानंच त्याचं आता पुस्तकही प्रकाशित झालं आहे. त्यातील अहिरानीतील मूळ दोन लेख 'सटनानी जत्रा' व 'हनुमानना जनम' या भागात मुद्दाम देत आहे.

'सटनानी जत्रा' आणि 'हनुमानना जनम' ह्या दोन अहिराणी भाषेतील एका लहान मुलाच्या दृष्टीकोनातून आकारलेल्या कथा आहेत. म्हणून या गोष्टींची भाषा गतिमान आणि बोली माध्यमात आहेत. 'देव जिथल्या तिथं बरा' ह्या कथेची भाषा मराठी असली तरी तिचा दृष्टीकोनही असाच गतिमान बोलीतला आहे.

ह्या भागात मीमांसा करण्यापेक्षा लोक परंपरा जशा साजऱ्या केल्या जातात तशा कृती इथं सांगितल्या आहेत. परंपरांवर स्वतंत्र भाष्य मुद्दाम केलेलं नाही.

8

सटनानी जत्रा

आम्ही विरगावले राहूत आनि उलसा व्हतूत तहीन सटनानी जत्रानी आमले खूप वढ व्हाये. सोबतीस्ना नहीथे कोना वळखीना बैलगाडीवर आम्ही जत्राले जाऊत. नदीनी थडीवर येक जागे गाडं सोडं का गाडीवाला सांगे, ''आता जत्राले जा, आनि बरोबर पाच वाजेना आदोगर गाडीजवळ यी बसानं बरका.'' मंग आम्ही जत्रा फिराले निंघूत. सगळात आदोगर यशवंतराव महाराजना देऊळमा जाईसन नाराळ फोडाना कार्यक्रम व्हये. मंग गर्दीमातीन वाट काढीसन जिलबीना हॉटेलं धुंडाळना. जत्रामा सगळी येक रांगच जिलबीना हॉटेलस्नी व्हाये. चारिमिरे रिंगनखाल बशीसन जिलबी खावाना कार्यक्रम जया का मंग जत्रा फिरानी. जत्रामा ज्या कायी वस्तू जिनसा इकत घेवायेत त्यामा दरवरीसले पव्वा, शिट्टी आनि चेंडू ह्या वस्तू मुख्य व्हायेतच. ह्यातीन खुपच चैन करनी व्हायनी त्ये रंगीत चशमा, पानीना फुगा, साधा फुगा अशा वस्तू व्हायेत.

जत्रामा रहाटगाडगा, पाळना, मौत का कुआ, यमपुरी आशा मौज मजान्या गोष्टीबी व्हायेत. त्या पाहूत, पाळनामा बसूत. पन खरी जत्रा करातीन पाव्हानीच व्हाये. जत्रान्या गल्ल्या नुसत्या फिर्यात तरी खूप मज्या वाटे. येगयेगळा आवाजस्मा मन हारखाई जाये. म्हनीसन काही इकत घेवासाई त्याच त्याच जत्रान्या गल्ल्या आम्ही फिरी व्हाऊत. लोकस्ना खरेदी सौदामा रमूत. जत्रानी गर्दीमा दवडी जाऊ नही म्हनीसन येकमेकस्ना हात धरीसन जत्रा पाहूत आनि पाच वाजाना आदोगर बैलगाडाजवळ यी बसूत. आशा परकारन्या चकारीखाल जत्रा जत्रा करता करता जत्रा म्हंजे काय पाठ व्हयी गयथं.

मी तव्हळ सहावी- सातवीले गवू व्हसू. मन्हा येक बापू नावना सोबती म्हने,

''आपू चालंस का जत्राले?'' म्हंतं, ''चाल पन कशे काय?'' म्हने, ''येशटीवर जाऊत.'' ''तथाइन?'' ''येशटीवरच इवूत. आपू मुक्कामलेच जाऊत. जत्रामा रातले खूप मज्या येस.'' ''आनि मुक्कामले कुठं व्हान?'' ''तमाशा पाहूत. तो पुल्हाळपावत चालंस. सकाळ व्हवापावत तठेच टाईम पास करुत.''

''हिव वाजई त्यानं काय?''

''पिसोडीमा येक येक गोधडी घी घीऊत ना.''

आमनं ठरनं, धैडाले कळनं त्ये आशे जत्राले जावू देता नात. म्हनीसन मायले सांगीसन पिसोडीमा गोधड्या टाकीसन आम्ही सटनानी जत्राले येशटीमा बशीसन दोन्हीजन वनूत. सांगे फगत दहा – पंधरा रुपया व्हतात. दिवसभर जत्रा कयी. रहाटगाडगास्मा बसनूत. यमपुरी पाही. जिलबी खादी. काही घेनं नसनं तरी याना भाव इचार, त्याना भाव इचार आशे करत करत जत्रा कराना आनंद गोळा करी व्हायनू व्हतूत. उघडावर येक गारुडीना खेळ व्हता म्हनीसन त्या खेळले तिकिटबी नव्हतं. आता तिकीटच नही म्हनीसन तो खेळ आम्ही पोटभर पाह्या. जत्रा फिरी फिरी संध्याकाळ जयी. सगळी जत्रामा ट्युबलाईटं लागनात. तवपावतइरगावले इज नव्हती म्हनीसन आमले इजनं आणि लाइटस्नं खूप अप्रुप वाटनं. पन आतापावत जत्रा फिरी फिरी पोटमा कावळा वरडाले लागना व्हतात. बापूनी आयड्या काढी. काळा- निळा पडेल केळंस्न दुकान त्यानी धुंडाळी काढं आनि आठानाले डझनभर केळं घीसन त्या दुकाननं मोऱ्हेच आम्ही खादात. थोडंसं बरं वाटाले लागं व्हतं. केळं खाईसन तमाशा इयेल व्हता तथा निंघनूत. तमाशा पाव्हानं नक्की व्हताच मन्हा वडीलनं वाक्य याद वनं. येकदाव विरगावले तमाशा व्हता. मी तमाशाले जावाले नही पाहिजे म्हनीसन वडील म्हनेत, 'तमाशा'ना आर्थ माहित शे का तुले?' म्हंतं, 'नही'

'तमाशा' म्हंजे अंधारमझारल्या आशा'

म्हंतं, 'कशे काय?'

वडील म्हनेत, ''तम ना मराठीमा आर्थ शे अंधार. तम आणि आशा यास्नी संधी म्हंजे तमाशा. तमाची आशा म्हंजे अंधारनी आशा.'' तैन्हपशी हाऊ आर्थ मनमा पक्का बशी गया. (पन तमाशा हाई येक लोककला शे आनि ती जिती व्हावाले पाहिजे आशे आजनं मन्ह मत शे. देशदेशमा- प्रांतप्रांतस्मा येकेक लोककला आघाडीवर व्हातीस. जशी गुजरातनी भवाई, पंजाबना भांगडा, राजस्थाननं तारका नृत्य तशे महाराष्ट्रनी लावनी आनि तमाशा.) बापूले तमाशाले नही म्हनू, पन बापू म्हने, '' आपुले रात काढनी शे. त्यामुळे तमाशा पाव्हाशिवाय इलाज नही.'' कांताबाई सातारकरना तमाशा इयेल व्हता. वग व्हता : 'रक्तात न्हाली कुऱ्हाड

'. तमाशानं येकेक रुपयानं तिकिट काढं आनि तमाशाना तंबूमा वाळूवर बसनूत. याळभर जत्रा फिरी फिरी आम्ही दमी जायेल व्हतूत. आनि केळं खावामुळे ढुकल्या येवा लाग्या व्हत्यात. पन येकेक रुपया दीसन तमाशानं तिकीट काढेल व्हतं. म्हनीसन तमाशा पहानं कर्तव्य वाटनं. ढोलगी तुणतुण्या वाजाले लागात तशा तमाशाना आक्खा तंबू लोकस्ना गच्च भरी गया.

गनगवळन, लावन्या, इनोद, बढाया आनि वग येरमांगेयेर भयानच मस्त

व्हतं. डोळास्वरली झोप उडी गयी. तमाशा संपना. आजूबाजूना पडदाबी काढाई गयथात आनि हिव वाजता वाजता आम्ही आशा हिवळाई गवूत. गोधड्या पांघरी पाह्यात पन हिव काही राहेना. आता काय करवा बुवा, आशा प्रश्न पडी गया. घरनी याद येवा लागी.

तवश्यात बापूनी आखो आयड्या कयी. बाजूना वडांगना दोन तीन काटास्ना फुलपटा वढी आनात आनि येक जत्रा मजारला दूरना दुकानवरथीन आगपेटीबी मांगी आनी. आनि दिधी धुनी पेटाडी. धुनीनं आडे बशीसन आम्ही शेका लागूत. तधळ हिव गयं. बापू ते शेकता शेकता धुनीजवळ लवंडी गया आणि मस्त घोरा लागा. माले झोपच लागी नही.

कशीतरी सकाळीज जयी. बापूले हलायी हलायी जागे करी ऊठाडं. जवळच येक चारचाकी हातगाडीवाला वरडी ह्यायना व्हता: 'तोंड धुवाले गरम पानी. ताजा चहा.' आम्ही तोंड धुई चारानाना चहा पिधा. बरं वाटनं. बापूले म्हंत, "आते चाल भो लवकर विरगावले. धैडा भयान वनका करत व्हयी." बापू म्हने, "आज कुस्त्या शेत.आता कुस्त्याच पाही जावून." म्हंतं, "तूच कुस्त्या पाह्य आते. मी चालनू भो." मन्ही आढी पाहिसन बापूनीबी मंग मन्हाबरोबर घर येवानं ठराय.मंग मन्हासांगे बापूबी निंघना. येशटी स्टँडवर वनूत. गाडी धरी.

घरमा पाय टाकताच धैडानी आशी गल्ली नवरी कयी कनी. पन चूकच व्हती मन्ही. इचारी सुदीक गऊ नव्हतू ना. धैडा म्हने, आशे जयं नि तशे जयं. शाळा बुडायी, अभ्यास नही. हातातला पैसा हिसकाडी घेतात नहीथे सुरीबी चालाडी देतात ते कशे व्हतं? धैडानं सगळंच खरं वाटे. पन जत्राले जावानं येळे फक्त जत्राच खरी वाटे, त्याले मी तरी काय करवा? हायी मन्ही शेवटली जत्रा व्हती. तेन्हपशी मी सटनानी जत्राले गऊ नही. आता पंचवीस वरीसपशी मी सटनामाच ऱ्हास.दरवरीसनी जत्राले माले त्या जत्रानी याद येस. पन जत्रामा जावानी वढ काय लागत नही. आयुक्षभरनी जत्रा मी मन्हां ल्हानपनमाच उरकायी घियेल शे.

෧ ෨

९

हनुमानना जनम!

चैत पुनीना दिवस विरगावले पुल्हाळेच हनुमान जयंतीना कार्यक्रम दरवरीसले व्हये. मारूतीनं देऊळ आमनाच चौकात व्हतं. चैत पुनीले उन्हाळाना दिवस ऱ्हावामुळे आम्ही बाहेर वट्टावरच झोपूत. पुल्हाळे गावमजारलं भजनी मंडळ पारवर गोळा व्हये आनि सकाळीज ऱ्हवापावत भजन करेत. याळ उगापावत गावमजारला बराच लोकं पारवर मारोतीना जनम साजरा कराकर्ता गोळा व्हयी इयेत आनि मंग हनुमानना जनम व्हये.

ल्हानपने तशया मी जरासा देवदेव करनारापैकीच व्हतू. म्हनीसन हनुमान जयंतीले मी हजर राहूच. आगोदर आगोदर बाहेरना बाहेर वट्टावरतीन झोपमातीन उठीसनच मी मारोतीना पारवर जाऊ आनि जयंतीना कार्यक्रम करीसन घर इवू. मंग तोंडबिंड धुईसन आंघोळ बिंघोळ करु. आशीच येकदाव चैतपुनीना पुल्हाळे पारवरला भजनमुळेच माले जाग वनी तधळ माले समजनं, आज हनुमान जयंती शे आशे.

तशयाच मंग बाहेरना बाहेर डोळा चोळत पारवर गऊ. भजनी मंडळमा पंढरीनाथ निकुंभ नावना येक गावकरी व्हता. त्यास्ले लोक आबा म्हनीसन हाक मारेत. मी त्यास्नाजवळ पारवर जाई बसनू. भजन मजारला अभंग संपना. तशया आबा माले म्हनेत, "भाऊ तू आंघोळ करी वना का?" मी म्हंतं, "नही." मंग आबा म्हने, "जाय मंग आंघोळ करी ये. आजून जनमले खूप येळ शे. देवनं दारशे आंघोळ करावाचू इवू नही." मालेबी ते पटनं. मी घर वनू. वट्टावर सगळा झोपेलच व्हतात. माय मांगलादारे आडवर पानी भरी ऱ्हायनी व्हती. मायले म्हंत, "माले आंघोळले पानी तापाडी दे. माले मारोतीना पारवर जानं शे." माय म्हने, "आता कधळ व्हयी गरम पानी. थंडा पानीवरी करस का आंघोळ? उन्हाळाना ते

याळ शेत." मी म्हंतं, "हा, चालई दे काढी बादलीमा. आनि बादली मोरीमा ठी दे." मायनी मोरीमा बादली भरी ठी. मी थंडगार पानीवरी पटकनी आंघोळ करी घिदी. दुसरा धुयेल कपडा आंगमा घालात आनि गऊ पारवर. पंढरीनाथ आबाजवळ बसनू. अभंग संपना तधळ मी आबाले म्हंत, "आंघोळ करी वनू आबा." आबा म्हने, "शाब्बास!" लगेच आबानी येक झांज्यासना टाळ मन्हाजवळ वाजाले दिधा. बाकीनास्नं पाहिसन मी बी अभंगनी चालवर झांज्या वाजाले शिकी गऊ. त्यानंतरनी चैत पुनीले हनुमान जयंतीनं दिवस पुल्हाळे आंघोळ करीसनच पारवर जानं आशे मी आगोदरपशीच ठरायी ठियेल व्हतं. म्हनीसन चैत पुनीकडे मी आगोदरपशीच ध्यान ठिय व्हतं. दरवरीसनी व्हळी जयी का आम्ही बाहेर वट्टावर झोपाले सुरुवात करुत. चैत पुनी कैन्ह शे, आशी कॅलेंडरवर मी खून करी ठी व्हती. तवशी चैत पुनीना आगला दिवस उजाडना. म्हंजे आज रातले लवकर झोपीसन सकाळनी पुल्हाळे लवकर उठीसन आंघोळ करीसन मारोतीना पारवर जानं. मायले आधली संध्याकाळे सांगं, "पुल्हाळे लवकर ऊठ. मालेबी उठाडी दे. आंघोळ करीसन मारोतीना पारवर जानं शे माले!"

माय म्हने, "आंघोळ बिंघोळ करीसन जाय सकाळीज. नहीथे सकाळीजलेच जनम व्हस मारोतीना. आनि भजनलेच जानं व्हयी त्ये जाय तश्याच बिन आंघोळना पुल्हाळे. काय व्हस आंघोळ नही कयी त्ये तुन्हा येवढा पोऱ्यानी? तू काय मोठा दाद्या मानोस थोडाच वाया चालना? अरे मन शुद्ध पाहिजे फगत. आंघोळ पूजा बिजा सगळं खोटं शे!" म्हंतं, आता काय करवा बुवा? माय पुल्हाळे उठंस. पन मन्हा येकटाकर्ता पानी तापाडानं चुल्हावर! ते बी बरोबर नही. जळतननाबी इचार करना पडस. म्हनीसन येकदाव सकाळीज चुल्ह पेटनं का येरानयेरमांगे सगळ्या गोष्टी चुल्हावर व्हयी जातीस. पन पुल्हाळे उठीसन थंड पानीवरी आंघोळ कयी तरी पारवर जावाले मसच उशीर व्हयी जास. मारोतीना जनमनी येल व्हयी जास आनि आपुले जागच भजननना आवाजमुळे येस. आशा इचार कर्ताकर्ता येक आयडिया सुचनी:

रातले झोपानं येळेस आपू आंघोळ करी ठी त्ये! म्हंजे पुल्हाळे भजनना आवाजवरी आपुले जाग वनी त्ये लगेच उठनं आनि पारवर भजनले जाई बसनं! म्हंजे पहाटले उठीसन आंघोळले उशीर व्हनार नही आनि जनमना आगोदर जे भजन व्हस त्यालेबी आपूले हाजर ऱ्हाता यी. येल व्हनार नही. हायी मन्ही आयडिया मी मायले सांगी. मायले हासू वनं. पन तिन्ही हा ले हा लायी दिधं. सगळास्ना जेवनं जयात तवळ सगळा पुढला मोठा वट्टावर वनात. माय मांगलादोरे भांडा घिशी ऱ्हायनी व्हती. मी मायले मन्ही आंघोळनी याद करी दिधी. माय म्हने, "तुन्हा

आण्णा वट्टावर झोपेल शेत. त्यास्ना ध्यानमा येऊ नको दिवू. गुपचूप मांगली मोरीमा आंघोळ करी घे.'' मी पानी गरम कराना हट्ट धरा त्ये मायनी बोघनंभर पानीना जरासा काटा मोडीसन पानी कोमट करी दिधं. मी पटकशी आंघोळ करी घिदी आनि कपडा घालीसन पुढला वट्टावर यी झोपी घिदं. पुल्हाळे भजनना आवाजवरी माले जाग वनी. मी ऊठनू. आंगवरला गोधड्या बाजूले कयात, डोळा हातवरी चोळात. बाहेर वट्टावर पानी पेवाकर्ता तांब्या भरी ठियेल व्हता. त्या पानीवरी तोंड धुयं. तोंडवरथीन, डोळावरथीन पानीना हात फिराया आनि गऊ पारवर. पंढरीनाथ आबाजवळ जायी बसनू. भजनना अभंग संपना तवशी आबानी माले इचारं, ''भाऊ, आंघोळ करी वना ना?'' मी 'हां' म्हंतं. तवशी आबा म्हने, ''शाब्बास!'' मी मनातलामनात हनुमाननी प्रार्थना कयी, जय हनुमान. भजनी मंडळनी बराच अभंग म्हनात. मन्हापनबी आबानी झांज्या दिंत्यात. त्या मी वाजू, सकाळ जयी. सुर्यना किरनं जमीनवर पडानी येळ जयी. दोन जनस्नी मारोतीना समोर आंतरपाठ धरा. सुर्य किरन जमीनवर पडनात आनि मारोतीना जनम जया. हनुमानना जनम जया तवशी हनुमाननी मुर्तीनी काही भक्तस्नी आंघोळ करी. शेंदूर लाया. आरती जयी.

मन्ही आंघोळ त्ये रातलेच व्हयी गयथी. झोपानं आगोदर. पन पुल्हाळपशी भजनं आयकत बशेल इनुमाननी 'मुर्ती' सूर्योदय व्हवापावत बाशीच बशेल व्हती! भजनना आगोदर हनुमाननीबी आंघोळ व्हयेल नव्हती. मन्हा मनमा इचार वना: मायनी जे माले सांगं व्हतं, ते किती सत्य व्हतं. ''आंघोळ कयी नही तरी काय फरक पडंस. मन शुद्ध पाहिजे- देवजवळ जानं व्हयी त्ये!''

तात्पर्य, आपला अंतरमनमजारतीनच त्या गोटनं महत्त्व आपूले कळाले पाहिजे. पन आपू सगळीकडे उलटं करतंस. कर्मकांड पाळता पाळता कर्मकांडस्लेच धर्म समजतंस. पन तवपावत धर्म आपलापशी बराच कोस दूर निंघी जास!

10

देव जिथल्या तिथं बरा

लहानपणी मी शंकराचा भक्त होतो. रोज सकाळी देवपूजा करायचो. शिवलीलामृत पोथीचं वाचन करायचो. मग बाकीचा अभ्यास वगैरे करायचो. मी आमच्या मागच्या दारी महादेवाचं लहान मंदिर बांधलं होतं. आधी काडीपेटीच्या खोक्याने चिखलाच्या विटा पाडल्या. त्या विटांच्या चिखलाने भिंती बांधल्या. वर छपराला उतार देण्यासाठी काडक्या ठेवल्या, काडक्यांवर जुन्या वह्याची पृष्ठे ठेवली आणि त्यावर चिखल अंथरला होता. अशा या देवळात माझ्यासह अजून एक जण सहज आत बसत असत.

या देवळात मी चिखलाचीच महादेवाची पिंड तयार करून बसवली होती. रोज सकाळी पिंडीची अंघोळ घालण्यासाठी पिंडीवर पाणी टाकत असे. पिंड मातीची असल्यामुळं पाण्यानं भिजून जायची. भिजलेल्या पिंडीला धक्का लागला तर ती फुटूनही जात असे.

विरगावला जिकडे लोक सकाळी डबा घेऊन परसाकडे जायची तिकडे नाथबोवाची समाधी होती. त्या समाधीजवळ एक लहान महादेवाची पिंड मला कधीची दिसत होती. कोणी तिची अंघोळ घालत नव्हतं आणि पूजाही करत नव्हतं. तिच्यावर पालापाचोळा पडायचा. येताजाता पिंडीला कोणाचा पायही लागून जात असे. पिंडीच्या आजूबाजूलाच लोक परसाकडे बसायचे. अशा पिंडीची मला कधीची कीव येऊन राहिली होती. मला सहज उचलता येईल अशी ती लहान पिंड होती आणि माझ्या चिखलाच्या पिंडी ऐवजी तिची स्थापना मी केली तर मला नीट पूजाही करता येईल असं मला वाटू लागलं होतं. पिंडीचीही निगा राहील असा विचार करून मी एके दिवशी ती पिंड तिथून उचलून आणली.

मी विचार करत होतो. माझी चिखलाची पिंड पाण्याने भिजून जाते. तिच्या ऐवजी ही बसवली तर मी कुठं वाईट करतोय? उलट गुखडीतून देव देवळात आणल्यानं मला पुण्यच मिळेल. मी ती पिंड उचलून आणून माझ्या चिखलाच्या पिंडेच्या जागेवर पूजा करुन स्थापना केली. अंघोळ घातली. हळद कुंकू फुल वाहिली. शिवलीलामृत पोथीचा अकरावा अध्याय वाचून शंकराची आरती म्हटली.

मी खूप चांगलं काम केलं असं वाटून मी माझ्यावरच खूश झालो होतो. संपूर्ण दिवस मी पिंडीजवळ बसूनच अभ्यास केला.

संध्याकाळी आण्णा शाळेतून घरी आल्यावर माझ्या देवळातली ती दगडी पिंड त्यांनी पाहिली आणि मला जोरात हाक मारली, *'सुधीर.'* मी जवळ गेलो. *'ही महादेवाची पिंड कुठून आणली तू?'* मी म्हणालो, *'नाथबोवाच्या समाधीजवळून.'*

आण्णा, *'ही पिंड आताच्या आता ताबडतोब त्या समाधीजवळ ठेऊन ये. देव जिथल्या तिथंच बरा असतो, मग तो गुखडीत का असंना. समजलं का?'*

मी 'हो' ची मान हलवली. आणि लगेच पिंड उचलून पुन्हा जिथल्यातिथं ठेऊन आलो. दुसऱ्या दिवशी पुन्हा चिखलाची दुसरी पिंड तयार केली आणि वाळवून देवळात बसवली.

आण्णांचा तो सहज निघालेला उद्गार अजूनही मला वाट दाखवतो. देव जिथल्या तिथंच चांगला असतो! आजच्या बुवांच्या बुजबुजाटात कोणी देवाला साज चढवायला पाहतं. कोणी देवाला माणसाळवण्याचा प्रयत्न करतो. कोणी देवाचा अडत्या होऊ पाहतो. तर कोणी आपणच देव असल्याचं आडमार्गाने सुचवू पाहतो. हा सर्व गुंता नीट सोडवायचा असेल तर प्रत्येकाला समजाऊन सांगावं लागेल, बाबारे, देव जिथल्या तिथंच बरा असतो.

आज रोज नवी नवी देवळं उभी राहताहेत- बांधली जाताहेत. त्यात लोक नवनवे देव बसवताहेत. आता तर देवांच्या डमीसुध्दा स्थापन होऊ लागल्यात. उदाहरणार्थ, प्रतिसाईबाबा, प्रतीबालाजी वगैरे. देवळांची संख्या वाढूनही देवपण मात्र वाढत नाही. देवपण ही खूप लांबची गोष्ट झाली. आता माणूसपणच दिवसेंदिवस खुजं होताना दिसतं.

देव जसा जिथल्यातिथं चांगला असतो तसा माणूसही माणसात असलेलाच बरा दिसतो. त्याला उसनं देवपण वरुन कितीही चिटकवलं तरी त्याचे पाय मातीतच- गाळातच फसलेले वेळोवेळी दिसून येतं.

आपले पाय असे गाळात फसलेले पाहून लोक देवाचा आसरा घेत असतील. लोक आपलं ध्येय साधून घेण्यासाठी देवाला वापरुन घेतांना दिसतात. ह्या प्रयत्नामुळं मग रामजन्मभूमीचा मुद्दा आपल्या रोजच्या मूलभूत गरचेचा होऊन

जातो. एखाद्या दगडी मूर्तीवर चुकून घाणबिन पडली तर आख्ख गाव, तालुका, जिल्हा, राज्य अथवा पूर्ण देशही पेटून उठतो. जाळपोळ होते. माणसं मारली जातात. पण जिवंत आणि बुध्दीने सजग असलेल्या माणसावर रोज कोणी नाहीतर कोणी कशाची ना कशाची घाण टाकत असतो. त्याचं त्याला काहीच वाटत नाही. आपल्याला सर्व प्रेम -अस्मिता असते ती फक्त दगडी मूर्तींसाठी. दगडी पुतळ्यांसाठी. ज्या गोष्टी आपल्या डोळ्यांना दिसत नाहीत अशा अमूर्त गोष्टींसाठी आपण जीव ओवाळून दंगली करतो. ज्या सोन्यासारख्या माणसासाठी माणसानेच काहीतरी केलं पाहिजे त्यांना मात्र आपण दंगलीत जींवत जाळून टाकतो. देव जिथल्या तिथं ठेवला नाही तर ह्या गोष्टी घडतच राहतील. देव जिथल्या तिथं ठेवला तर माणूस, माणूसच राहील. तो हैवान होणार नाही.

11

डोंगऱ्या देवाची गोष्ट

आमचं घर गावाच्या वरच्या म्हणजे पश्चिम दिशेला होतं. जिथं कान्हेरी नदीचा उतार लागत असे. उताराच्या ढेंगड्यांवर भिलाटी वसलेली होती. भिलाटीत कोणताही कार्यक्रम असला की आम्हाला तो आल्हाद ऐकू यायचा आणि असा आवाज ऐकू येण्याचा उशीर मी लगेच भिलाटीत हजर होत असे. गावात डोंबांऱ्याचा खेळ आला की तो भिलाटीत उतरत असे. आणि दुसऱ्या दिवशी त्यांचा पहिला खेळही भिलाटीतच होत असे.

तोंड पाहण्याचा कार्यक्रम असो, कोणाचा चिरा बसवायचा असो, लग्नाचा नाच असो. होळीचा शिमगा असो की डोंगऱ्या देवाचा उत्सव असो. मी भिलाटीतल्या कार्यक्रमाचा पहिला प्रेक्षक असायचो.

मार्गशिर्ष महिन्यात डोगंऱ्या देवाचा उत्सव दर वर्षी भिलाटीत पंधरा दिवस चालायचा. तो कार्यक्रम मला खूप भयंकर वाटायचा. त्यांची नाच, गाणी, अंगात येणारे देव-भक्त, वारं, त्यांचा अवतार, त्यांची शिस्त, त्यांची वाद्य, त्यांच्या आदिम आरोळ्या, हुंकार, धवळीशेवर, टापऱ्या, तोंडाने वाजायच्या पुरक्या, ठेकाने वाजवायच्या टाळ्या, या सर्वांनी मी जागीच हरकून जायचो. गावखळी बसवायची पध्दत, थोम गाडायची पध्दत, त्यांचे आचार, पथ्य, वेश अशा सगळ्या बारीकसारीक गोष्टींकडे माझं ध्यान रहायचं. त्यांची व ह्या आचरण पध्दतीतील नवे शब्द व्यवहारात ऐकायला मिळायचे नाहीत. या सर्व गूढ वाटणाऱ्या गोष्टींमुळं मी त्यांच्याकडे केव्हा ओढला गेलो हे मलाही कळलं नाही.

मी लहान होतो तेव्हा मला पोलिओ झाला होता आणि तेव्हा पोलिओ हा काय प्रकार आहे हे घरच्यांनाही आणि समाजालाही माहीत नव्हतं. म्हणून त्यांनी मला डोंगऱ्या देवाच्या भक्तांमध्ये गल्लीत झोपवून दिलं होतं आणि डोंगऱ्या देवाचे

भक्त मला ओलांडून जात होते. तेव्हाचा माझा आक्रोश अजूनही मला आठवतो. मी घाबरुन जीव ओरडून रडत होतो. आणि भक्त मला ओलांडून जात होते. मला नंतर आईने सांगितलं की असं केल्यावर अंगातील इडापिडा निघून जाते. मला तेव्हापासूनच डोंगऱ्या देवाच्या उत्सवाची ओढ लागून राहिली आहे.

डोंगऱ्या देवाची ओढ अशी मला लहानपणापासूनच लागलेली आहे. हा सगळा अनुभव लहानपणापासूनच मनात जोपासून ठेवला आहे. डोंगऱ्या देवासाररखाच कानबाई, भोवाडा, टिंगरीवाला, रायरंग, आढीजागरण, तोंड पाहण्याचा कार्यक्रम, काठीकवाडी, बार, आईभवानी, आईमरी, धोंड्या धोंड्या पाणी दे अशा सर्व प्रकारच्या लोकपरंपरामध्ये मी रंगून जात असे.

पुढं मला असं समजलं, की डोंगऱ्या देवाचा उत्सव फक्त भील्ल लोकच साजरा करीत नाहीत तर बागलाणच्या पश्चिमेला असलेले कोकणी लोकही साजरा करतात आणि भील समाजातले लोक साजरा करतात तेव्हाच. मग मी त्या दिशेने अभ्यासाला लागलो. सुधाकर देशमुख नावाचे कोकणी जमातीतले माझे मित्र होते. त्यांच्या जवळ मी हा विषय काढला. तर ते म्हणाले आमच्या गावात हा उत्सव असतो. मी तुम्हाला गावाला उत्सवाच्या वेळी घेऊन जाईल.

कोसुर्डें हे गाव कळवण तालुक्यात दुर्गम भागात आहे. गावाच्या तिन्ही बाजूने डोंगर व दळवटकडून कोसुर्डें गावात येण्यासाठी ओढा ओलांडून जावं लागतं. मी या गावात मित्राबरोबर त्याच्या बाईकने डबलशिट गेलो. गावाला वेढलेल्या डोंगरांपैकी एका डोंगरावर आताच्या मार्गशीर्ष पौर्णिमेला डोंगऱ्या देवाची रानखळी स्थापन होणार होती. त्या डोंगरावर संध्याकाळी डोंगऱ्यादेवाच्या उपासकाच्या आधी आम्ही माझ्या चालण्याच्या वेळखाऊपणामुळं हळूहळ चालत आधीच जाऊन बसलो. त्यांच्या बरोबर चालणं मला शक्य नव्हतं. मी डोंगर हंबा पडून म्हणजे दोन्ही हात जमिनीवर टेकून चढलो होतो. कपड्यांना अनेक कुसळं चिटकून आत अंगाला टोचत होतं. हात दगडावरुन सरकत होते म्हणून हात खरचटले होते. आम्ही डोंगरावर जाऊन विसावत नाही तोच मागून डोंगऱ्यादेवाचे उपासक आले.

रात्रभर त्यांच्याबरोबर थंडीत थांबलो. त्यांच्यासोबत भुज्या नावाचा कुठलीही चव नसलेला पदार्थ खाल्ला. नागलीची भाकर खाल्ली. शेकोटीशेजारी बसून संपूर्ण रात्र डोंगऱ्या देवाच्या उपासकांचा नाच, अंगात घेण्याची पध्दत, काकडा आणि चिमटा उघड्या अंगावर मारुन घेण्याची पध्दत, त्यांचे आदिम हुंकार, नाच पहात, थाळीवरची कथा ऐकत थंडीत कुडकुडत बसलो. अपंगत्वामुळं माझं शरीर थंडीने लवकर कुडकुडतं आणि हातापायाला मुंग्या येऊन शरीर बधीर होतं. तरीही ह्या

अभ्यासासाठी मी थंडीतली पूर्ण रात्र डोंगरावर घालवली. शिवार देव, वाघ देव, नागदेव, भूते यांची मुळातून माहिती भक्तांकडून काढत होतो. गाणी ऐकली, मंत्र ऐकले आणि भक्तांच्या मुलाखतीही घेतल्या. मंत्र, गाणे टेप करुन घेतले. काही लिहून घेतली.

१९९५ साली नाशिकला मुक्त विद्यापीठ आणि लोकशिबीर परिषद यांच्या संयुक्त विद्यमाने कालिदास कला मंदिरात लोक शिबीर परिषदेचा कार्यक्रम झाला होता. कार्यक्रमात ‘लोकायन’ नावाची स्मरणिका प्रकाशित झाली होती. या स्मरणिकेचं संपादन डॉ. रमेश वरखेडे यांनी केलं होतं. वरखेडे सरांनी माझा लेख मागितला म्हणून डोंगऱ्या देव दैवतावरील लेख मी त्यांना लोकायन मध्ये छापण्यासाठी दिला. तोपर्यंत डोंगऱ्या देवावर कुठंही काहीही लिखाण झालेलं नव्हतं. डोंगऱ्या देव वरचं हे माझं पहिलं लिखाण होतं. माझा हाच लेख लोकायनसह युनिक फिचर्स तर्फे तेव्हाच्या दैनिक गावकरीतही त्यांनी परस्पर छापला होता. गावकरीत हा लेख आल्यामुळं डोंगऱ्या देव हा उत्सव लिहिण्याचाही विषय होऊ शकतो हे नवीनच सामान्य वाचकांना समजलं. माझा याच विषयावरील दुसरा लेख पुण्याच्या ‘आदिवासी संशोधन पत्रिकेत’ प्रकाशित झाला. (हे सर्व लेख मी संपादित करीत असलेल्या अहिराणी ‘ढोल’ अंकातही अहिराणीत आलेले आहेत आणि ग्रंथाली प्रकाशनातर्फे प्रकाशित झालेल्या ‘अहिराणी लोकपरंपरा’ या ग्रंथात हे तीनही लेख समाविष्ट आहेत.) यानंतर मात्र ज्या दोन घटना घडल्या त्यांनी मला तोंडात बोट घालावं लागलं.

लोकायन आणि गावकरीत डोंगऱ्या देव वरचे माझे लेख प्रकाशित व्हायला दोन तीन वर्ष झाले असतील आणि एके दिवशी माझ्या एका मित्राने मला येऊन सांगितलं, गावकरीत डोंगंऱ्या देवावरचा एक लेख छापून आला आहे आणि तो तुमच्या लेखासारखाच मला वाटला. लगेच त्या दिवसाचा गावकरी मागवून लेख वाचला तर माझाच लेख जसाच्या तसा गावकरीत पुन्हा प्रकाशित झालेला होता. मात्र बदल होता फक्त लेखकाच्या नावाचा. लेखकही माझा परिचित होता. नुकताच लोकसाहित्याचा अभ्यास सुरु केलेले शिक्षक होते ते. लेखात वाक्यप्रयोग, शैली, उपमा, प्रतिमा सर्व मी ज्या वापरल्या होत्या त्याच होत्या. उदाहरणार्थ म्हणून एकच गोष्ट मी इथं सांगतो, उपासकांच्या चिमटा या हत्याराला मी म्हटलं होतं, चिमट्यात झाडांच्या पानांचे आकार असलेले पत्रे कापून चिमट्यात तारात ओवलेले असतात. मी जी प्रतिमा वापरली तीच आणि वाक्यही दुसऱ्या अभ्यासकाचे तेच कसं असू शकेल? त्या शिक्षकाला मी ताबडतोब पत्र लिहून विचारणा केली. पण त्याने पत्राचं उत्तर दिलं नाही. तेव्हापासून माझ्याकडे आलाही

नाही. आता कुठं कार्यक्रमात दिसलाच तर दूर दूर राहतो.

दुसरी घटनाही अशीच कमालीची आहे. डोंगऱ्या देवाचे माझं सर्व संदर्भ एका महिलेने आपल्या पीएच. डी. प्रबंधात वापरले. पण माझा वा ढोलचा कुठंही संदर्भ दिला नाही. संदर्भसूची मध्येही माझा उल्लेख नाही. जसा काही त्यांनी डोंगऱ्या देवाचा अभ्यास स्वतःच आदिवासी भागात जाऊन केला आहे, असा प्रबंधात भास निर्माण केला. अशी काही उदाहरणे पाहून विद्याक्षेत्रातही काही लोक कसा शॉर्टकट वापरतात हे पाहून उबग आला.

12

विरगावचे ललित

विरगावला पद्मनाभ स्वामींची समाधी आहे. ह्या समाधीकडे जाण्याचा रस्ता असा छान उतारवळणाचा आहे. दर वर्षी आषाढी आमावस्येला (जिला आमच्या गावात गटार आमवस्या म्हणतात) तिथं यात्रा भरते. म्हणजे मी लहान होतो तेव्हा भरत असे. यात्रेच्या दिवशी तिथं ललितही साजरं होत असे. ललित म्हणजे एक प्रकारचं नाटक असतं. भारुड सादर करायची कला म्हणजे ललित. आता ते होणं बंद होऊन गेलं. त्याच्यात भाग घेणारे कलावंतही एकेक करत वारले.

समाधीच्या यात्रेच्या आधी आषाढी अमावसेच्या आठ दिवस आधीपासून समाधीत भागवत बसायचा. म्हणजे एकनाथी भागवत वाचला जायचा. दूरन कुठूनतरी देहू, आळंदी, पैठण, नाशिक, त्र्यंबकेश्वर अशा गावांहून आलेले महाराज भागवत वाचायला येत. गावातली देवभोळी माणसं, धार्मिक माणसं, बायाबापड्या आणि वृध्द लोक भागवत ऐकायला जात असत. ऐकता ऐकता वेळ निघून जाण्यासाठी पोथी ऐकणारे देवभोळे लोक, बायाबापड्या फुलवाता- साध्या वाता तयार करत असत. लहान लहान मुलं समाधीच्या बाहेर ढेंगड्यांवर सरगोंड्या खायचे. सरगोंड्या खाणं म्हणजे खेळणं.

ही समाधी आमच्या गावाला कान्हेरी नदीच्या काठावर आहे. समाधीच्या एका बाजूला कान्हेरी नदी तर दुसऱ्या बाजूला मोठमोठे ढेंगडे आहेत. ढेंगड्यांची माती खारी- तांबूस आहे. ही माती ओली झाल्यास तिच्यावरुन पाय पटकन सरकतात. म्हणून सरगोंड्या खेळता खेळता ती निसटाळी होऊन जाते. पावसाचे थोडे फार भुरकं आलं तर मग पहायलाच नको. निसटाळ्या मातीमुळं सरकन पाय घसरुन आपण केव्हा खाली पडतो ते कळतही नाही. या मातीवरुन सरंगोंडी भुरकन खाली निघून जात असे. खूप मजा यायची.

समाधीतल्या भागवताचा एक अध्याय संपला की महाराज म्हणायचे, 'श्री राम जय राम जय जय राम हरि विठ्ठल...' पोथी ऐकणारे लोकही महाराजांसोबत हे म्हणायचे सरगोंड्याजवळ आम्हाला हे आल्हाद ऐकू येत असे. म्हणून आम्हीही हा झील त्यांच्यासोबत ओढत असू. अशा सरगोंड्या खेळता खेळता आठ दिवस कुठं निघून जात असत आणि यात्रेचा दिवस केव्हा उगवून येत असे आम्हाला कळत सुध्दा नव्हतं.

आषाढी अमावस्येचा दिवस उगवला की समाधीच्या आजूबाजूला आणि कान्हेरी नदीच्या काठावर यात्रेतली दुकानं सकाळपासून यायला सुरुवात होत असे. यात्रेच्या दिवशी मात्र आम्ही सरगोंड्या खेळत नसू. कारण सरगोंड्यांपेक्षा यात्रेत जास्त मजा असायची. यात्रेच्या दिवशी मात्र शाळेलाही सुट्टी रहायची. म्हणून शाळेतले सर्व मित्र यात्रेत भेटायचे. दुपारपर्यंत यात्रा फिरायची. शिट्टी, चेंडू, सामबोरं, पेढा, गुळीशेव घ्यायचे आणि दुपारनंतर श्यामदेऊळमध्ये ललित पहायचं. समाधीत हे ललित दुपारपासून संध्याकाळपर्यंत चालत असे. ललित सुरु होण्यापूर्वी एका लहान मुलाला श्रीकृष्णासारखं सजवून समाधीजवळ बसवलं जायचं. ललित संपलं की तो श्रीकृष्ण समाधीच्या बाहेर निंबाच्या झाडाला टांगलेली दहीहंडी फोडायचा. दही हंडी फोडण्यासाठी श्रीकृष्णाला कोणीतरी खांद्यावर बसवून घेऊन जात असे.

आता एकेक करता करता ललित सादर करणारे कलाकार वारले आणि विरगावचा ललित कार्यक्रम होणं बंद झालं. ललित हा नाट्यप्रकार तसा संपूर्ण महाराष्ट्रात कमी अधिक प्रमाणात परिचत आहे. तरीही खानदेशातले ललित हा वेगळाच नाट्य प्रकार आहे. खानदेशी ललित म्हणून या ललिताची वेगळी ओळख असून ह्या ललित प्रकारात अहिराणी भोषेचं एक वेगळंच दालन आहे. विरगावची वही मी वाचण्यासाठी उपलब्ध करुन घेतली आणि अभ्यासली तर खानदेशातल्या इतर वह्यांपेक्षा ही वही अपूर्ण असल्याचं लक्षात आलं. तरीही ह्या वहीच्या मागं- पुढं अभंग, दोहे, ओव्या, पदे, गाणी आणि आरत्या जोडून काळ भरुन काढलेला दिसतो. यात ज्ञानेश्वर, तुकाराम, नामदेव, एकनाथ, कबीर, श्रीधर, मोरोपंत यांच्या रचना आणि काही पाळणे, पोवाडेही आहेत.

ललित हा वाङ्‌मय नाट्य प्रकार संत एकनाथ यांच्या भारुडांवरुन तयार झालेला आहे. म्हणून त्यात हिंदी भाषाही आहे. भारुड सादर केली जातात. त्यातही हिन्दी भाषेचा वापर केलेला असतो. संत एकनाथ यांच्या काळात महाराष्ट्रात मोगल साम्राज्य होतं. म्हणून हिन्दी भाषेचा लोकांवर पगडा बसलेला होता. सामान्य लोकांना राजकीय व्यंग दाखविण्यासाठी राजभाषा तर दांभिकपणा उघडा

करण्यासाठी बोलीभाषा- अहिराणीचा वापर केलेला आहे. ही एक लोककला असल्यामुळं ललिताचा अमूक एक लेखक आहे असं म्हणता येणार नाही. ही एक सामुहीक आणि परंपरागत लोककला आहे. तरीही ती गावोगाव लिखित स्वरुपात उपलब्ध आहे. ललितचं नाट्यरुप भारुडांमधून विकास पावलं तरी ते स्वत: संत एकनाथांनी लिहिलेलं नाही.

विरगावला जे ललित होतं ते सादर करणारे सर्व लोककलाकार बारा बलुतेदार असलेल्या समाजातून आलेले होते. कमी शिकलेले, काही तर अडाणी असूनही हे कलाकार कंबर कसून अभिनयपूर्ण ललित सादर करायचे. देवराव न्हावी, रामा सुतार, पंढरीनाथ शिंपी, रामकृष्ण भट, तानाजी वाणी, रामचंद्र कोठावदे, वामन मिस्तरी, सयाजी माळी, शांताराम शिंपी असे हे गावकलाकार परंपरा सांभाळून ललित सादर करायचे. (गावातील बारा बलुतेदार हे कलाकार होते हे सांगण्यासाठी इथं जातीचा उल्लेख केलेला आहे. जातपात दाखविण्यासाठी नाही.) ललिताचं शिवधनुष्य उचलण्यासाठी पुढं नवे कलाकार येत नव्हते म्हणून हे ललित सादर होणं आता बंद झालं.

ललितात सुत्रधार, विदुषक, चोपदार, वासुदेव, राजजोशी, गावजोशी, राजभाट, गावभाट, नाना, तुंबडीवाला अशी पात्रे असतात. ललितात सुरुवातीला विष्णुचे दहा अवतारांचं शाब्दीक वर्णन, प्रत्येक अवतारात त्याने केलेलं काम थोडक्यात सांगितलेलं असतं. ललितचा शेवट राजभाट आणि गावभाट यांच्या संवादानं होतो. गावात राजभाट येतो. तो वेश, भाषा, बुध्दी या सगळ्यात ऐटदार असतो. तर गावभाट गबाळ्या आणि गावरान तत्वज्ञान मांडणारा दाखवलेला असतो. त्यांच्यातील भाषेच्या विसंवादामुळं प्रेक्षकांची करमणूक होते. गावभाटाचे काही संवाद असे असतात:

१. मन्हा नानानी काय सांगू गोट

आयकीसन भरी वनं पोट

जाई पडू लोटपोट

येकबी खरं नही रे.

मन्हा नाना मोठा धुरंधर

शंभर खन बांधं घर

त्याशिवाय ढोरघर

आणि दिवाले तेल नही रे दाजी...

नाना मोठा खबरदार

बहू करस कारभार हजार रुपयाना लेवदार

पन दाळले मीठ नही रे दाजी...

गावात नाना नावाची एक प्रतिष्ठित व्यक्ती असते. ही व्यक्ती आपल्या छोट्या छोट्या स्वार्थासाठी परकीय सत्तेला सहकार्य करते. आपण कसे थोर आहोत हे तो गावात प्रत्येकाला स्वतःच सांगत असतो. हे ऐकून आपलं पोट भरलं, मात्र त्यापैकी काहीही खरं नाही म्हणून मी लोटपोट हसलो असं गावभाट सांगतो. म्हणूनच त्याच्या घराला शंभर खन असल्याचं तो सांगत असला तरी त्याच्या घरातील दिव्याला तेल आणि दाळीला मीठ नसल्याची वस्तुस्थिती असते.

२. हायी मन्ही काळी काठी

हायी पन शे मन्ही आब्रूनी मोठी

उनात साला कोनले लुटी

आठे डौल दखाडतंस रे...

मन्हा नानानी काय सांगू बढाई

जई ढोलबारावर लढाई

चिंचाळानी बारीवर दिना झेंडा लायी

तईनपशी जायखेडानी वाट मुडी रे दाजी...

आपल्या हातातील काळी म्हणजे साधी काठीच खरं तर प्रतिष्ठित आहे. तिला स्वतःची अब्रू आहे. स्वाभिमान आहे. पण सत्तेतले लोक कोणाकोणाला लुटून सत्तेत आले आहेत आणि तरी ते डौल दाखवतात. या सर्व गोष्टींना गावातला नाना साथ देतो, जो आपल्या शूरत्वाच्या खोट्या बढाया मारण्यात पटाईत आहे. अशा नानाला वर वर हरभऱ्याच्या झाडावर चढवत असला म्हणजे खोटी स्तुती करताना गावभाट दिसत असला तरी आतून त्याचा तो पाणउतारा करत असल्याचं लक्षात येतं. गावभाटाच्या स्तुतीतून उपहास येत राहतो.

३) कडकडीत अंमल शे इंग्रजना

जागजागे मांडी दिधात तोफखाना

दरमहालवर पहारा फिरस संत्रीसना

तुम्ही भामटा त्या मोगलाईना.

अरे सुद कबीत म्हणा

नहीते मार खाशात मोचडाना दाजी...

गावात राजभाट येताच त्याच्या निमित्ताने राजभाट आणि गावातला नाना याला येकाच वेळी गावभाट आपल्या वाणीनं झोडपून काढतो. तुम्ही मोगलाईचे भाट आहात, शुध्दीत असा नाहीतर मोचड्याचा म्हणजे जोड्यांचा मार खाल असं गावभाट राजभाटच्या निमित्तानं नानालाही लागेल असं तिरकस वाक्बाण सोडत

राहतो.

४) राजभाट पक्का चोर

यासले बांधाले आना दोर

यासले अक्कल नहीरे

ह्या दखातंस मोठा बळी

नुसतीस लावतंस कळी

उनात साला कथाईन पळी

आणि आपली शेकी मिरवतंस रे...

ह्या करतंस बहुत उतमात

पावशेर दाना नहीत घरात

भीक मांगत फिरतस मन्हा गावात

नाना ह्या चोरस्ले मी कशे मांगू दिसू रे...

पळा सालासवन आठोन नहीथे

फिरावस तुमनावर हात

मारसू कंबरवर लाथ

पाडसू तुमना दात घरना रस्ता सुधारा रे...

राजभाट गावात कर आकारण्यासाठी आलेला दिसतो. म्हणून गावभाट आपल्या स्थानिक बोलीतून त्याचा पाणउतार करतो. परकिय सत्ता गाजविणारे चोर आहेत. या चोरांना मी माझं गाव लुटू देणार नाही. यांच्या कंबरेवर मी लाथ घालेन आणि दात पाडेल असं तो नानालाही आपल्या बाजूने ओढत बोलत राहतो.

५) रामना मन्हा करतंस जप

पोट करता मांडतंस तप

भरपोट पूरं जयं तप

हे ते सगळं ढोंग रे

लोक देतंस मोठा मान

पन यास्न सगळं बकध्यान

आनि मासा पकडस कान

आशापैकी ह्या लुच्च्या शेतंस रे...

तुम्हनी मन्ही पडी गयी गाठ

सुधारा आपला घरनी वाट

नही ते रंगतना करसू पाट

बायका पोरं वरमाडारे दाजी...

जसे काही लोक रामाचं नाव घेऊन म्हणजे देवाचं नाव घेऊन आपला पोटोबा साधतात पण देवाचं नाव घेणं हे त्यांचं ढोंग असतं. लोक यांना मान देतात पण ते त्यांचं बकध्यान असतं. बगळा जसा पाण्यात एका पायावर पाण्यात उभा राहतो. त्याची ती प्रार्थना नसते तर चोचीत मासा पकडण्यासाठी हालचाल न करण्याचा तो धुर्तपणा असतो. तसे हे सत्ताधारी लुच्चे आहेत आणि त्यांना साथ देणारा दलाल नाना सुध्दा तोच आहे, असं गावभाट इथं नमूद करुन शेवटी खोटी धमकी देतो, आता घराची वाट धरा नाहीतर रक्ताचे पाट वाहतील...

६) घोडा लाकुडना

जीव कापडना

सुध कबीत

म्हना नहीते मार खाशी मोचडाना

दाजी बरमाव...

ह्या राजभाटाचा घोडा लाकडाचा आहे. ग्रामीण भागात खेळण्याचा घोडा लाकडाचा बनवतात. म्हणून हा घोडा जीवंत नाही. शोभेचा आहे. जीव कापडाचा म्हणजे राजभाटला आतला आवाज नाही. कपड्यांच्या रुबाबाला तो जीव म्हणतो. वरुन राजसत्तेचे कपडे घातले म्हणजे माणसाला माज चढतो. असं तुम्ही सत्ताधारी शुध्दीत रहा नाही तर मोचड्याचा मार खाल अशी ताकीद गावभाट राजभाटला देत राहतो.

... लोकपरंपरा जतन करणारे कलावंत अडानी असूनही गावभाटाच्या तोंडचे उद्गार ऐकून - वाचून आपण एखादी अहिराणी कसदार कविताच वाचत आहोत, कवितेचा आस्वाद घेत आहोत असं आजही वाटतं. म्हणून चारशे वर्षापासून चालत आलेली ही लोकपरंपरा लोकलाकरांनी आजपर्यंत जपून ठेवली व परंपरेने ते आपल्यापुढे सादर करत आले. इतकं खोल काव्यशास्त्राचं ज्ञान त्यांनी कुठून घेतलं असेल, याचं नवल वाटल्यावाचून रहात नाही.

13

आढीजागरण: एक लोक जागरणाचा कार्यक्रम

(प्रस्तावना: जेजूरीचा खंडोबा हे एक लोकदैवत आहे. खंडोबाची उपासना करणारी भक्त मंडळी वर्षातून एकदा जेजूरीची वारी करतात. दर रविवारी भक्त मंडळी एकेकाच्या घरी जमून डफ- खंचिरी वाद्याच्या तालावर खंडोबाजी गाणी गातात. अशा वेळी त्याच्या अंगात खंडोबा संचारतो. भक्त घुमतात. स्वत:च्या अंगावर ते काकडा मारुन घेतात. असे भक्त आपल्या घरी केव्हातरी आढी जागरणाचा कार्यक्रम करतात. आढी म्हणजे चारी. चारी खोदून तिच्यात खैरांच्या लाकडांचा विस्तव तयार करुन त्या विस्तवावरुन भक्तांनी अनवाणी पायांनी चालत जाणं म्हणजे आढी जागरणाचा कार्यक्रम.)

खंडोबाच्या ज्या भक्ताच्या अंगात येतं आणि जो भक्त जेजूरीला जाऊन येतो, त्या भक्ताकडे आढी जागरणाचा कार्यक्रम असतो. लग्नाच्या वेळी आपण जसा आंब्यांच्या फांद्यांचा मांडव घरासमोर टाकतो तसाच मांडव आढीजागरणाच्या दिवशी भक्ताच्या दारासमोर टाकतात. गावागावाच्या भक्तांना आढीजागरणासाठी आमंत्रण दिलं जातं.

बाहेरगावचे भक्त आढी जागरणाच्या पाच दिवस अगोदर आपापल्या गावाहून निघतात. एका गावचे चार चार, पाच पाच भक्त आपापला भंडारा, डफ, तुणतुणं, चिमटा, खंजिरी घेऊनच पायी पायी कार्यक्रमासाठी निघतात. एकेका दिवशी एकेका गावाची वारी मागत नाचत गात अंगात घेत पाचव्या दिवशी त्या आढी जागरणाच्या मांडवात पोहोचतात.

मांडवाच्या एका दांडीजवळ एक माठ ठेवतात आणि त्यावर मडकं. ज्या भक्ताकडे आढी जागरणाचा कार्यक्रम असतो त्या भक्ताला त्याच्या घरापुढील मंडपात दुपारी वाजत गाजत लग्नातील नवरदेवासारखी अंघोळ घालतात. अंघोळीचा कार्यक्रम झाल्यावर देव बसवण्यासाठी काही भक्त गावाबाहेरुन कस्तुरी माती आणतात. नंतर वाजंत्रीच्या गजरात आढी जागरण आयोजित करणारा भक्त सोनाराकडून देव घेऊन येतो. लग्नात जसा देव आणायचा कार्यक्रम असतो तसाच. मात्र यात खंडोबाच्या मूर्तीला जास्त महत्व असते. घरापुढील मंडपात कस्तुरी मातीवर देवांची स्थापना करुन पूजा करतात.

मंडपात पाच सुवासिनींकडून दगडावर हळद कांडली जाते. ही कांडलेली हळद भक्ताला लावण्यासाठी पुन्हा एकदा मंडपात त्या भक्ताला अंघोळ घालतात. हळद कांडणाऱ्या पाच सुवासिनींकडूनच ही हळद भक्ताला लावली जाते. भक्ताची ही दुसरी अंघोळ असते. दुपारपासून रात्रीपर्यंत या भक्ताला पाच वेळा अंघोळी घालतात. शेवटची अंघोळ रात्री आढी खोदण्याआधी घालतात.

संध्याकाळी पाहुण्या भक्तांना जेवण दिल्यानंतर आढी जागरणाचा कार्यक्रम सुरु होतो. बाहेर अंगणात पाच ऊसांची खोपडी तयार केली जाते. खोपडी एकादशीच्या दिवशी तुळशीच्या लग्नासाठी तयार करतात तशीच. त्या खोपडीत देवांची स्थापना करतात. खोपडीला सफेद उपरणं पांघरतात. सव्वापावशेर तांदूळ, नागवेलीची पाच पानं आणि सुपारी यांचा खंडोबाच्या नावाने कळस भरतात. खोपडीत खंडोबाची मूर्ती किंवा फोटोही ठेवतात. आणि तिथंच सोनाराकडून आणलेले देवही ठेवतात. देवांचं लग्न लावून कार्यक्रम सुरु होतो. मुख्य भगत यळकोट यळकोट जय मल्हार म्हणत भंडारा उधळतो आणि हातात त्रिशूळ घेऊन कार्यक्रमाला सुरुवात करतो. अगोदर सर्वच भक्त गाणी म्हणतात. काहींच्या अंगातही येतं. नंतर मात्र सर्व भक्त बसून घेतात आणि मुख्य भगत कार्यक्रमाची सगळी सूत्रं हातात घेतो. मुख्य भगताच्या हातात त्रिशूळ असतो आणि काही वेळा अंगात आलेल्या भक्ताला मारण्यासाठी काकडाही असतो. अंगात आल्यावर काही भक्त आपल्या स्वतःच्या हातांनीच आपल्या पाठीवर पानझोक मारुन घेतात.

पहिलं गाणं संपलं की मग मुख्य भगत खोपडीजवळ उभा राहून एकेक गावाच्या भक्ताला बोलवतो आणि ते भक्त आपापली विशिष्ट गाणी म्हणतात. काहींच्या अंगात येतं. तो त्याच अवस्थेत काहीतरी सांगतो. मुख्य भगत प्रश्न विचारतो आणि अंगात आलेला उत्तरं देतो. अशा पध्दतीनं अर्धी रात्र निघून जाते. मुख्य भगत ज्याचं आढीजागरण असतं, ते दोन्ही जण आढीच्या नियोजित जागेजवळ येतात. हाताच्या अंतरावर सात नागवेलीची पानं ठेऊन त्या पानांवर

एकेक कापराची वडी ठेवतात. आढी जागरण करणारा भक्त पहिल्यांदा टिकावने पहिला घाव मारतो. नंतर आढी खोदायला सुरुवात होते. आढी साधारणत: दोन हात खोल, दोन हात रुंद आणि सात हात लांब अशी खोदतात. ह्या आढीत खैरांची किंवा लिंबाची लाकडं टाकतात, ह्या लाकडांना फुल म्हणतात. (कोणी वारल्यानंतर त्याला जाळण्यासाठी वापरण्यात येणाऱ्या लाकडांनाही ह्या भागात फुलंच म्हणतात.) ही आढी मुख्य भक्ताकडून तुरीच्या वाळलेल्या काडीनं पेटवतात.

आढी म्हणजे चारी. जागरण करायला लावणारी आढी, म्हणूनच ह्या कार्यक्रमाचं नाव आढी जागरण आहे. आढी पेटल्यानंतर मुख्य भगत तिच्यात थोड्या थोड्या अंतराने भंडारा आणि तूप टाकत राहतो, त्यामुळं विस्तवाची दाहकता कमी होते अशी श्रध्दा आहे. आढीच्या शेजारीच भक्तांची गाणी, प्रश्न-उत्तरं, नाचणं, अंगात घेणं हे कार्यक्रम सुरु असतात. ह्या कार्यक्रमात डफ, खंजिरी, तुणतुणा, चिमटा अशी वाद्य वापरली जातात.

संपूर्ण आढीत लालबुंद विस्तव तयार झाला की मग पहाटेला ज्याचं आढी जागरण असतं तो भक्त आढीत एका टोकाकडून उतरतो. विस्तवावरुन चालत दुसऱ्या टोकाला जातो. त्याच्यामागं मग इतर भक्त आणि गावकरीही आढीतून चालत जातात. आढीतून सर्वांचं चालून झाल्यानंतर त्या भक्ताला वाजत गाजत मारुतीच्या मंदिरात नमस्कार करण्यासाठी घेऊन जातात.

गावात घरोघर ह्या भक्ताची खोळ भरली जाते. पाहुण्या भक्तांना टॉवेल, टोपी, नारळ, कपडे, भंडाऱ्याची वाटी देऊन निरोप दिला जातो. अशा पध्दतीनं आढीजागरणाचा कार्यक्रम होतो.

14

खानदेशातील कानबाई : एक लोकदैवत

आमच्या विरगावात कानबाई, गौराई, डोंगऱ्यादेव यांचे उत्सव मी खूप जवळून बघितलेत. भोवाडा, काठीकवाडी, गोंधळी, नंदीबैलवाले, टिंगरीवाले, नाथबोवा, रायरंग (बहुरुपी), समाधीतलं लळीत हे सर्व नीट ऐकलंय, व्यवस्थित पाहिलंय आणि बारकाईने अभ्यासलेत आणि ते सुध्दा खूप लहानपणापासून- म्हणजे शाळा सुटल्यानंतरची ही सुध्दा आमची एक उघडी शाळाच असायची.

विरगावच्या माळी गल्लीत प्रत्येक वर्षी कानबाई बसायची. आम्ही तो उत्सव संपूर्ण दिवसभर आणि रात्रीसुध्दा पहात बसायचो. कानबाई खानदेशात प्रत्येक जातीत बसवतात.

श्रावण महिण्यात शुक्रवारी किंवा मंगळवारी कानबाई बसवतात. मात्र कानबाईचे रोट कुळाचाराच्या वेळी श्रावण महिण्यातल्या नागपंचमी नंतर जो रविवार येतो त्या दिवशी कानबाईची स्थापना होते. रविवार हा सूर्याचा दिवस असतो तर नारळ हे सूर्याचं प्रतिक असतं. आणि कानबाईचं लग्नसुध्दा रविवारीच लावतात. (कानबाईचा लग्न सोहळा आणि हळदीचा कार्यक्रमही माणसांच्या लग्नसोहळ्याप्रमाणेच करतात.) काही गावांमध्ये शुक्रवारी बसवलेली कानबाई मंगळवारी उठवतात तर काही ठिकाणी मंगळवारी बसवलेली कानबाई शुक्रवारी उठवतात.

कानबाई हे पार्वतीचं रुप असतं. कानबाईचं रुप घेऊन पार्वती माहेरी येते. कानबाई बसवतात तेव्हा तिच्या जोडीला रानबाईही बसवतात. म्हणूनच तर कानबाई- रानबाई असा जोड उल्लेख कानबाईच्या गाण्यांबध्ये आलेला दिसतो.

कोकणात आणि संपूर्ण देशात जे महत्व महालक्ष्मीचे आहे तेच महत्व कानबाईचं खानदेशात आहे. कानबाईला कानाबाई, कानोड, कानड, कान्हळ, कानुश्री असंही संबोधलं जातं. कानबाईचं लग्न कन्हेर नावाच्या सूर्यदेवाशी लागतं. ह्या कानबाई कन्हेरच्या उत्सवामुळंच ह्या भागाला अपभ्रंशामुळं कन्हदेश- खानदेश असं नाव पडलं असावं, असं काही संशोधकांचं मत आहे आणि त्यात सत्याचा अंश असावा. कारण खानदेश वगळता इतरत्र कुठंही कानबाईचा उत्सव साजरा होताना दिसत नाही हे सत्य असलं तरी सुध्दा खानदेशात कानबाईचं मंदिर मात्र आढळत नाही. (आता काही मंदिरं बांधली जाऊ लागती. पण मंदिर आणि मूर्तीची परंपरा नव्हती.) एवढंच नव्हे तर दंतकथाही आढळत नाहीत आणि देवींच्या कथांप्रमाणे कोणी लिहिलेल्या कथाही कानबाईच्या संदर्भात आढळत नाहीत. घरातील देव्हाऱ्यातही कानबाईची मूर्ती वा प्रतिमा आढळत नाही. खास पुजेकरीता म्हणून कानबाईची मूर्ती कोणीही ठेवत नाही. केवळ श्रावण महिण्यातच कानबाईची स्थापना केली जाते. त्यावेळी कानबाईची मिरवणूकही काढली जाते. आणि तिसऱ्या दिवशी वाजतगाजत तिचं वित्सर्जन केलं जातं. एकूणच खानदेशातल्या जनसामान्यांवर कानबाईचा खूपच प्रभाव दिसून येतो.

कानबाईची स्थापना करताना घरात एक तात्पुरतं देऊळ बांधलं जातं. त्यासाठी चौरगांच्या चारही पायांना केळीचे खांब बांधून त्याची चारही टोकं वरती एकत्र करुन बांधली जातात. त्याच चौरंगावर तांब्या भरुन पाणी ठेवलं जातं व त्या तांब्यात पाच नागवेलीची पानं किंवा आंब्याच्या फांद्यांच्या डहाळ्या ठेवल्या जातात. त्यांच्यावर सुका नारळ ठेवला की झाली कानबाई. मग नारळाला कुंकू लावलं जातं. वरुन चोळीचा खण पांघरुन मग नारळाच्या टोकावर कानबाईचा मुखवटा ठेवला जातो. मुखवट्याला चांदीची नथही घातली जाते. हा मुखवटा आपापल्या आर्थिक परिस्थितीनुसार घडवला जातो. मुखवटा मातीचा, लाकडाचा किंवा सोन्याचाही असतो. (परिस्थितीनं बिकट असणारी व्यक्ती केवळ नारळालाच खण पांघरुन त्याची पूजा करतात.) कुंभार, सोनार, सुताराकडून हा मुखवटा घडवून आणला जातो. सजावटीचं काम शिंपी, मांग, सुतार, कासार, सोनार हे बारा बलुतेदार करतात.

मुखवटा घडविणाऱ्या कारागिराच्या घरापासून तो वाजत - गाजत आणला जातो. ज्याच्या घरी कानबाई बसवतात तो कुटुंबप्रमुख हा मुखवटा लाकडी पाटावर घेऊन घरांपर्यंत चालत येतो आणि घरात जेथे कानबाई बसवलेली असते, तिथं नारळावर हा मुखवटा ठेवतो. कानबाई बरोबरच रानबाईचाही मुखवटा ठेवला जातो. (परंतु कानबाईच्या लग्नाच्या वेळी रानबाईलचा मुखवटा तिथून उचलून

घेतला जातो.)

कानबाईच्या स्थापनेसाठी १०८ झाडांची पानं आणावी लागतात. ह्या पानांना पत्री संबोधलं जातं. पत्रीत फुलंही असतात. पाच- सात नद्यांचं पाणीही आणावं लागतं. तसंच शेजारील गावांच्या शिवेची माती. नदीच्या थडीवरील माती आणावी लागते. ह्या मातीला कस्तुरी म्हणतात. कानबाई बसवण्याच्या जागी कस्तुरी पसरुन तिच्यावर सात प्रकारचं धान्य पेरलं जातं. घरभगताकडून या कस्तुरीवर कानबाईची स्थापना केली जाते. (या अगोदर या खोलीत सात नद्यांतून आणलेली वाळूही पसरवली जाते.) नंतरचा सगळा विधी गावभगताच्या सांगण्यावरुन करावा लागतो. ह्या उत्सवात घरभगत आणि गावभगत असे दोन भगत असतात. उत्सवात ब्राम्हणाला स्थान नसल्यानं सगळा विधी ह्या भगतांकडूनच केला जातो. परंतु कानबाईच्या स्थापनेचा मान मात्र घरभगतालाच असतो.

कानबाईच्या स्थापनेपूर्वी कानबाईला अंघोळ घातली जाते. त्यासाठी मात्र सात नद्यांचं पाणी वापरावं लागतं. ही अंघोळ कानबाईच्या करवल्या घालतात. त्याना गवळणी किंवा गवरणी असंही संबोधलं जातं. ह्या गवरणी निरनिराळ्या गावांच्या असतात. त्या कुवार्‍या (अविवाहीत) असतात. (काही गावांना मात्र गवरणा असतात. गवरणे लग्न झालेले असू शकतात.) अशा नऊ गवरण्या असतात. त्यात एक लहान मुलगी असते. तिला आळीभोळी म्हणतात. आणि दुसर्‍या एखाद्या मोठ्या गवरणीला काळीचोळी म्हणतात. इतर सात मोठ्या मुली कुमारिका असतात. कानबाईला अंघोळ घातल्यानंतर गवरण्या कानबाईला हिरवा चुडा भरतात, हिरवं लुगडं नेसवतात. कानबाईच्या स्थापनेनंतर गवरण्या त्या रात्री पुन्हा अंघोळ करतात. मात्र ही अंघोळ कानबाई बसते त्याच घरी करावी लागते. त्यांच्या अंघोळीनंतर कानबाईला पुन्हा दुसर्‍यांदा अंघोळ घातली जाते. मग पुन्हा सगळा साज चढवून तिला पाना- फुलांमध्ये बसवलं जातं. तेव्हा घरभगत आणि गावभगत दोघंही परंपरेनुसार कानबाईची पूजा करतात.

काही ठिकाणी नदीतून वाळू आणण्याच्या वेळीच कानबाईची पूजा केली जाते. या पूजेला सर्मींदर पूजा असं म्हणतात. संमींदर म्हणजे समुद्र. कानबाई बसवतात तिथं एक मोठा लिंबू वर टांगला जातो. त्याला बिजोरा म्हणतात. नैवेद्यासाठी भात शिजवला जातो. त्याला मोगरा म्हणतात. तो भात शिजवताना एकदाच पाणी टाकलं जातं. पुन्हा पाणी टाकलं जात नाही. त्या दिवशी चुल्ह्याला रतन संबोधलं जातं आणि ते काडीपेटीने न पेटवता चकमक ने पेटवलं जातं.

कानबाईचा नवस फेडण्यासाठी चढ चढवला जातो. चढ म्हणजे मुंदी (अंगठी) किंवा नथ असे दागिने. हे सर्व दागिने शुध्द सोन्याचे अथवा शुध्द चांदीचे असतात.

नकली दागिन्यांचा चढ कानबाईला चढवण्याची परंपरा नाही. तसंच पिताळी दागिन्यांचा चढही कानबाईला चढवला जात नाही. कानबाईला चुडा घालून लुगडं नेसवल्यानंतर गवरणींकडून साज चढवला जातो. पाटल्या, ठुशी, पोयकल्ला, वज्रटीक, पुतळ्या अशा प्रकारचे दागिने कानबाईला चढवले जातात. अशाच प्रकारचे दागिने गवरणींनीही घातले पाहिजेत अशी प्रथा आहे. गवरणींचे दागिनेही शुध्द सोन्याचे किंवा शुध्द चांदीचेच असावे लागतात. नकली दागिने कानबाईप्रमाणेच गवरणींनाही चालत नाहीत.

कानबाईची स्थापना झाल्यानंतर कायमस्वरुपी एक समई कानबाईपुढे तेवत ठेवावी लागते. ती विझता कामा नये. कानबाईपुढे अखंड दिवे ठेवले जातात. समईबरोबर कणिकांचे दिवेही लावले जातात. ह्या मोठ्या दिव्यांबरोबर लहान-लहान दिवेही लावले जातात. ह्या दिव्यांची संख्या ३,५,७,९ ...अशी विषम असते. उद्यापनाच्या वेळी हे दिवे पेटवून कानबाईची आरती म्हटली जाते. दिवे पेटवण्यासाठी फक्त एरंडचं तेलच वापरलं जातं. इतर कुठलंही तेल वापरता येत नाही. म्हणूनच कानबाई बसवणारा भक्त सव्वामण एरंडचं तेल अगोदरच तयार करुन ठेवतो. समई मात्र तुपात पेटवली जाते. शेवटपर्यंत तिच्यात तूपच टाकलं जातं. काही ठिकाणी मात्र समईऐवजी नंदादीपही पेटवला जातो.

घरभगत आणि गावभगत असे कानबाईचे दोन्हीही भगत कानबाईचा विधी परंपरेनुसार व्हावा यासाठी काळजी वाहतात. १०८ झाडांची अर्पण करावी लागणारी पत्री भगतच अर्पण करतात.

केवळ घरातील जात्यावर दळलेल्या गव्हाच्या कणकेपासूनच पुरणपोळ्या केल्या जातात. कानबाईला नैवेद्य दाखवून चौरंगाजवळ ताट झाकून ठेवलं जातं. काही गावात गव्हाच्या कणकेपासून रोट तयार केले जातात. सव्वा पावशेर, सव्वा पायली कणिक घेऊन हे रोट तयार केले जातात. फक्त कुळातील माणसंच हे रोट खाऊ शकतात. कानबाई रोट हा कुळाचार असतो. रोट सोडून ह्या कुळातील माणसांना दुसरं काहीच खाता येत नाही. शिवाय हे सर्व रोट त्याच दिवशी खावे लागतात, अशी समजूत आहे. काही गावात मात्र रोट तीन दिवस पर्यंत खाल्लेत तरीही चालते.

कानबाईचं पहाटे लग्न लावण्याआधी कानबाईला जेवण (नैवेद्य) दिला जातो. कानबाईच्या गवळणींनाही जेवण देतात. कानबाईचं जेवण होईपर्यंत घरातील पती-पत्नीचा कडकडीत उपवास असतो. हे जेवणही सव्वाच्या मापात मोजितात. सव्वा शेर, सव्वा पायली, सव्वा मण गव्हाचं पीठ आणि हरभऱ्याची डाळ वापरतात. जेवण पुरणपोळींचं असतं. सूर्योदय होण्याच्या आत गवळणींनी जेवण

करुन निघून जायला हवं अशी रीत आहे.

कानबाईला पहाटे नैवेद्य दाखवला जातो. तोपर्यंत मात्र कुणीही झोपत नाही. अंगणातील मांडवात रात्रभर कानबाईची गाणी म्हणत जागरण केलं जातं. ह्या गाण्यांमधून कानबाई - रानबाई या दैवतांचा जोड उल्लेख आलेला दिसतो. आख्यानासारखी आणि कौतुकाची वाटणारी ही गाणी प्रकृती आणि पुरुष यांचाही संबंध दर्शवतात. लोक गीतांप्रमाणेच ह्या गीतांमधील कडव्याचं शेवटचं अक्षर लांबवून जोरजोरात म्हटलं जातं. ध्रुवपदही पुन्हा पुन्हा म्हटलं जातं.

कानबाईची गाणी पुरुष तर म्हणतातच म्हणतात, परंतु स्त्रियासुध्दा झोक्यावर बसून ही गाणी म्हणतात. या वेळी डफ हे एकच वाद्य वाजवलं जातं. कानबाईच्या गीतांमधून कन्हेर नावची देवता नेमकी कोण आहे हे मात्र नीटसं उलगडत नाही. काही जण कन्हेरचा अर्थ कृष्ण असा लावतात, तर कोणी सूर्याला कन्हेर म्हटलं असल्याचं सांगतात. कानबाईचं लग्न कन्हेरबरोबर म्हणजे नारळाबरोबर लावलं जातं. नारळाला सूर्याचं प्रतिक मानलं तर हा अर्थ स्पष्ट होतो. या गीतांबधून कानबाईला असलेला दागिन्यांचा सोस आणि खेळाचा नादही लक्षात येतो.

रात्री गावातल्या गल्ली-बोळातील स्त्री-पुरुष कानबाई बसलेल्या घरी मंडपात जमा होतात. काही जण केवळ कार्यक्रम पाहण्यासाठी गर्दी करतात. या वेळी स्त्रिया फुगडी, झिम्मा वगैरे खेळतात. भगताकडे कानबाईच्या वह्या असतात त्यातून कानबाईची गाणी व आरत्या गायल्या जातात.

कानबाईची गाणी:

1. काळा घोडानी काळी कानबाई व माय काळी कानबाई

इना भरतार चाले ठाई ठाई व माय चाले ठाई ठाई

गयी सोनारना दारशे वं माय सोनारना दारशे

सोनार उठना घाई घाई वं माय उठना घाई

चितांग काढे घाईघाई व माय घाईघाई

काळा घोडानी काळी कानबाई व माय काळी कानबाई

इना भरतार चाले ठाई ठाई व माय चाले ठाई ठाई

गयी वाण्याना दारशे व माय वाण्याना दारशे

नारळ काढ घाईघाई वं माय नारळ काढ घाईघाई

नारळ दिधं घाईघाई वं माय नारळ दिधं घाईघाइ

काळा घोडानी काळी कानबाई व माय काळी कानबाई

इना भरतार चाले ठाई ठाई व माय चाले ठाई ठाई

गयी शिपाना दारशे व माय गयी शिपाना दारशे

शिपा उठना घाईघाई वं माय शिपा उठना घाईघाई

कापड काढं घाईघाई वं माय काढं घाईघाई

कापड दिधं घाईघाई व माय दिधं घाईघाई

काळा घोडानी काळी कानबाई व माय काळी कानबाई

इना भरतार चाले ठाई ठाई व माय चाले ठाई ठाई

2. चैत वैशाखनं उन व माय वैशाकनं ऊन

खडक तापून जया लाल व माय तापून जया लाल

आईना पायले वनात फोड व माय वनात फोड

तठे कसानं बन व माय तठे कसानं बन

तठे नारळनं बन व माय तठे नारळ नं बन

तठे सावली सावठी व माय सावली सावठी

तठे कानबाई रमनी घटकाभर व माय रमनी घटकाभर

पायात बेगडी वाहना व माय बेगडी वाहना

आई पिवळं पितांबर नेसनी व माय पिताबंर नेसनी

आंगात चोळी घातली व माय चोळी घातली

कपाळले कुंकूनी चिरी व माय कुंकूनी चिरी

डोळात काजळ घातली व माय काजळ घातली

तोंडात नागिनना इडा व माय नागिनना इडा

ही गाणी इतर लोकगीतांप्रमाणेच लवचिक आणि मुक्त असतात. त्यामुळं त्यांच्यात सतत नवीन भर पडतच असते.

सूयोदयापूर्वींच कानबाईच्या गवळणींना वाजत-गाजत त्यांच्या त्याच्या गावाला घरी पोचवतात. गवरणींची वाजत गाजत मिरवणूक निघते. नवरीला सासरी पोचवण्यासाठी गाडीबैल सजवली जाते. त्याचप्रमाणे गवरणींसाठीही गाडीबैल सजवली जाते. गावाता गल्लीगल्लीतून मग गवरणींची पूजा केली जाते. मात्र कानबाईच्या लग्नाच्या वेळी गवरणींना उपस्थित का राहू दिलं जात नाही, त्यामागचं कारण काही कळत नाही. कानबाई - कन्हेर यांच्या मीलनात व्यत्यय नको, असं तर नसेल? रानबाईचा मुखवटासुध्दा लग्नाच्या वेळी दुसरीकडे ठेवला जातो.

लग्न लागण्याच्या अगोदर काळी बकरी, काळी पाठ किंवा मेंढी गावात सोडली जोते आणि ती कुठं गेली याचा शोधही नंतर कोणी घेत नाही. सूर्यदयाच्या वेळी कानबाईचं लग्न कन्हेर या देवाबरोबर लावलं जातं. लग्नाच्या वेळी गवरणा

मात्र उपस्थित असतात. त्यांना फेटा आणि नारळ देतात. कन्हेर ही देवता मुखवट्याच्या स्वरुपात नसते. तांब्यावर नारळ ठेवून त्यालाच कन्हेर म्हटलं जातं. कानबाईचं लग्न सूर्याबरोबर लागतं अशी समजूत आहे. म्हणूनच नारळ हे सूर्याचं प्रतिक असावं.

एकदा कानबाईला हळद लावल्यानंतर उरलेली उष्टी हळद कानबाईखाली लग्न असणाऱ्या नवरदेव- नवरीला लावली जाते. कानबाईचं लग्न गावभगत लावतो. ब्राम्हणाला ह्या उत्सवात बोलवलंच पाहिजे असा अट्टहास आढळत नाही.

कानबाईच्या लग्नाच्या वेळी कानबाईच्या भगतालाच मान असतो. हे लग्नसुध्दा भगतच लावतो. कानबाईखाली लग्न ही पध्दत वैशिष्ट्यपूर्ण आहे. कारण ही लग्न अतिशय कमी खर्चाची असतात. या लग्नांना कानबाईखालनं लगन असं संबोधलं जातं. (सौराष्ट्रातल्या अहिरांमध्येही सामूहिक लग्नाची अशी पध्दत रुढ आहे. गुजराथमध्ये ह्या प्रकारच्या लग्नाना रांभस असं म्हणतात. पण या सामूहिक विवाहांशी इथं कानबाईचा काही संबंध नाही. कानबाई फक्त खानदेशातच बसवतात.) कानबाईला हळद लावल्यानंतर हळदीची ताटली कानबाईपुढेच ठेवली जाते. गरीबीमुळं ज्यांना स्वतःच्या घरी कानबाई बसवता येत नाही, अशी माणसं कानबाईची उष्टी हळद ठरलेल्या नवरदेव- नवरीला लावण्यासाठी वाजत- गाजत घेऊन जातात. ह्या हळदीसाठी कुटुंबप्रमुखाला फक्त एक आणा द्यावा लागतो. (आता एक रुपया.)

कानबाईचं लग्न सूर्योदयाच्या वेळी लागतं आणि कानबाईखाली असलेली लग्न त्याच दिवशी संध्याकाळी गोरज मुहूर्तावर लागतात. ज्यांच्या घरी कानबाई बसलेली असते त्यांच्या घरातील लग्नाचा पहिला मान असतो. नवसाच्या नवरदेवाबरोबर मानापानाचे आणखी चार नवरदेव असतात. त्यांचे लग्न सामुदायिक पध्दतीने कानबाईपुढे घरातील मंडपातच लागतात. ह्या लग्नानंतर मग इतर नवरदेव- नवरीचे लग्न त्याच घरासमोरील गल्लीतील मंडपात लावली जातात. (कानबाई बसवण्याच्या दिवशी लग्नात ज्याप्रमाणे आंब्याच्या पानांचा मांडव घरासमोर घालतात त्याचप्रमाणे हा मांडवही असतो.) सात सात, आठ आठ जोडप्यांपासून तर २०० जोड्यापर्यंत एकावेळी लग्न लावली जातात. ह्या लग्नांना अतिशय कमी खर्च येतो. जवळ जवळ खर्च येतच नाही. आजच्या महागाईचा भस्मासूर पाहता अशा लग्नांचं प्रमाण वाढायला हवं. ह्या सामुदायिक- कानबाईखालील लग्नाची पध्दत ब्राम्हण सोडून खानदेशातील सर्व जाती- जमातींबध्ये आढळून येतं.

बोळवण म्हणजे विसर्जन. कानबाईचे बोळवण (विसर्जन) करण्याअगोदर पुढच्या वर्षासाठी म्हणून नारळ परनून घेतात. पुढील वर्षी ज्याला आणि जिथं कानबाई बसवायची असते त्यासाठी नारळ कानबाई बसलेल्या ठिकाणाहून परनून घेतात. नारळ कानबाईपुढे ठेऊन भगताकडून पूजा करुन परत आणलं जातं. यालाच 'नारळ परनण' असं म्हणतात. ज्यांच्या घरी वंशपरंपरेने कानबाई बसवली जाते ते मागील वर्षाचं नारळ कानबाईसाठी वापरतात आणि त्याचबरोबर दुसऱ्याही नारळाची पूजा केली जाते. म्हणजे नवीन नारळ पुढच्या वर्षी कानबाईसाठी वापरता येतं अणि मागील बर्षाच्या नारळाचं विसर्जन करता येतं.

कानबाईचं विसर्जन करण्याअगोदर तिला दही- भात, सांजोरी आणि कानवल्यांचा नैवेद्य दाखवला जातो. नंतर वाजत- गाजत मिरवणूक काढली जाते व नदीत किंवा विहिरीत कानबाईचं विसर्जन केलं जातं. कानबाईच्या विसर्जनाच्या मिरवणूकीआधी कुटुंब प्रमुखाच्या अंगावर लोकरीची घोंगडी पांघरतात. त्याच्या दोन्ही हातात पाट दिलं जातं. दोन्ही हातांनी तो ते पाट आपल्या पोटाजवळ आडवं- सपाट राहील असं धरतो. पाटावर कानबाईची मूर्ती ठेवली जाते. मिरवणूकीत कुटुंब प्रमुखासोबत त्याची पत्नीही चालते. मिरवणूकीत चालताना दोघांनी मागं फिरुन पहायचं नसतं. मिरवणूक चाललेली असताना सुवासिनी कानबाईपुढं पाण्याच्या घागरी ओततात. प्रत्येक गल्लीतील प्रत्येक घरासमोर कानबाईची पूजा केली जाते. त्यामुळं विसर्जनास रात्री खूप उशीर होतो. ज्या नारळाबरोबर कानबाईचं लग्न लावलं जातं तो नारळ नदीत किंवा विहिरीत सोडला जातो. नंतर कानबाईला अंघोळ घातली जाते. तिचा साज उतरवला जातो आणि मुखवट्यावर पांघरुण टाकून कानबाईला घरी परत आणलं जातं. मात्र हा मुखवटा वर्षभर देव्हाऱ्यात ठेवला जात नाही आणि त्याची पूजाही केली जात नाही. परनून आणलेलं नारळ मात्र देव्हाऱ्यात ठेवलं जातं.

कानबाईच्या विसर्जनानंतर वर्षभर त्या घरात शेवया, कुरड्या, वडे, पापड असं उन्हाळ्यातले पदार्थ तयार केले जात नाहीत. नवीन केरसुणी, सूप देखील खरेदी केलं जात नाही. ही पध्दत मात्र वंशपरंपरेने कानबाई बसवणाऱ्या घरासाठी दिसून येत नाही.

15

वारी : महान संतांची पंढरी

महाराष्ट्रातील एका कोपऱ्यात वसलेल्या पंढरपूर या छोट्या गावातील विठ्ठल या दैवताने आतापर्यंत जवळपास हजार वर्ष सर्व महाराष्ट्र ढवळून काढला. सातशे वर्षांपासून वारी सुरु आहे. या पंढरपूरातील विठ्ठलाने ज्ञानेश्वर, तुकारामासारखे महान संत या देशाला - जगाला दिले. अगदी बालपणापासून ज्ञानेश्वर, एकनाथ, नामदेव, तुकाराम या संतांबद्दल मला प्रचंड कुतुहलमिश्रीत ओढ आहे. पण वारकरी पंथातील केवळ एवढे चारच संत नाहीत. निवृत्ती, सोपान, मुक्ताबाई, जनाबाई, बहिणाबाई, कान्होपात्रा, वेणाबाई, सेना न्हावी, चोखोबा, गोरा कुंभार, बंका महार, नरहरी सोनार आदी सर्वच संत की ज्यांची नावं एका बैठकीत आपल्याला आठवू नयेत.

पारंपरिक जातिभेदाच्या चिखलात रुतलेल्या समाजात वारकरी संप्रदायानं अठरा पगड जाती जमातीचे लोक नुसते समानतेच्या पातळीवरच आणले नाहीत तर तथाकथित शूद्र लोकांना संतत्वही बहाल केलं ही साधी सुधी घटना नाही. म्हणून वारकरी संप्रदाय हा महाराष्ट्रातील मोठा चमत्कार आहे, असं वाटतं. लहानपणापासून कीर्तन, भारुड, भजन, अभंग, ओव्या हे माझे आवडते कार्यक्रम आणि साहित्य. लहानपणापासून आमच्या विरगावात जिथं कुठं कीर्तन असेल आणि ते कोणत्याही कीर्तनकाराचं असो मी ते कधीच चुकवलं नाही. अगदी दुसऱ्या दिवशी शाळेची परीक्षा असली तरीही. महाराष्ट्राची पारंपरिक लोककला लावणी असल्याचं सांगितलं जातं. लावणी बदनाम आणि वाईट आहे असं मुळीच म्हणायचं नाही. तरीही महाराष्ट्राची खरी पारंपरिक लोककला भजन, कीर्तन,

भारुड, अभंग आणि ओवीच आहे असं वाटतं.

पंढरपूरची वारी हा प्रकार माझ्यासाठी प्रचंड कुतुहलाचा. लहानपणापासून माझ्या गावात आणि इतरत्रही वारीसाठी निघणारे लोक मी जवळून अभ्यासत आलो. सर्व जातीतले आणि धर्माचेही वारीला निघणारे लोक पायी- अनवाणी चालताना दिसतात. देहूहून निघणारी तुकारामांची पालखी आणि आळंदीहून निघणारी ज्ञानदेवांची पालखी हे आजच्या वारीचं आकर्षण असतं. वारीसाठी गाव ते पंढरपूर हे अंतर सुध्दा साधेसुधे नाही. देहू - आळंदीपासून पंढरपूरपर्यंत हे अंतर दोन- तीनशे किमी इतके येईल तर महाराष्ट्राच्या कानाकोन्यातून पाचशे किमी पेक्षा जास्त अंतरावरुन वारकरी काही ठरलेले मुक्काम करत पायी वारीला निघतात. धोतर, खादी- सुत वा मांजरपाटाचा पांढरा सदरा, डोक्यावर पांढरी टोपी असा साधा पांढराशुभ्र पेहराव. (या टोपीला गांधी टोपी हे नाव मिळण्याच्या हजारो वर्ष आधीपासून वारकरी आणि महाराष्ट्रातले गावकरी ही टोपी आणि पांढराशुभ्र पेहराव परंपरेने वापरताना दिसतात. महाराष्ट्रातील लोकांची ही पारंपरिक वेशभूषा आहे. महाराष्ट्रात कपाशीचे पीक सर्वात जास्त प्रमाणात घेतलं जात होतं म्हणून इथला पारंपरिक पेहराव असा सुती पांढरा शुभ्र असावा. महात्मा गांधींच्या चरखाचा सुत कताईचा प्रभावही नंतरच्या काळात नाकारता येणार नाही.) गळ्यात मृदंगाची दोरी अडकवून दोन्ही हातांनी मृदंग वाजवणारे काही वारकरी, हातात टाळ, काठीला खोचलेला भगवा ध्वज, काही वीणाधारी, कपाळाला बुक्का. फुगडी खेळत, कान धरुन उड्या मारत, अभंग, ओव्या, टाळ- मृदंग यांच्या तालावर आणि विठ्ठल नामाचा- हरि नामाचा गजर करत नाचत डुलत पुढे सरकणे अशी ही वारी. मुक्कामाच्या गावी कीर्तन. स्त्रियांचं नऊवारी लुगडं, डोक्यावरुन त्या लुगड्याचा मोठा पदर आणि डोक्यावर तुळशीची कुंडी हे दृश्य मनाची मरगळ झटकून टाकतं. वारकऱ्यात एकमेकांचा पाया पडणं ही प्रथा तर सर्वच भक्त समान पातळीवरचे आहेत, कोणीही कोणापेक्षा श्रेष्ठ वा कनिष्ठ दर्जाचा नाही असा संदेश देतं.

वारकरी पंथात नकली संतांना स्थान कधीच नव्हतं. आजही नाही. अंधश्रध्देला या पंथात कधीच थारा मिळाला नाही. संतांनीच अनेक वाईट प्रथांवर कोरडे ओढले आहेत. टीका केली आहे. ब्राह्मण्य, नवस सावस, कर्मकांड, अंगात येणं, बळी देणं, नैवेद्यासाठी कोंबड्या- बकरे मारणं याला विरोध केला आहे.

ज्ञानेश्वरांपासून संस्कृतातूत प्राकृतांकडे येण्याचा प्रवाह सुरु झाला. भगवतगीता सर्वसामान्य लोकांना कळावी म्हणून त्यांनी गीता प्राकृतात म्हणजे मराठीत आणून भावार्थदिपिका- ज्ञानेश्वरी लोकांपर्यंत पोचवली. तेव्हापासून

महाराष्ट्रात थोर संतपरंपरा सुरु झाली. आणि नंतरच्या सर्व संतांनी मराठीत अभंग रचना केली, ओव्या लिहिल्या. मराठीत लिखित साहित्य- काव्य परंपरा ही संताची देणगी आहे.

वारकरी संप्रदायामुळं प्रत्येक एकादशीला गावोगावी- खेडोपाडी घराघरात सामुदायिकरित्या हरिपाठ गायला जाऊ लागला :

हरि मुखे म्हणा हरि मुखे म्हणा

पुण्याची गणना कोण करी

असं लयबध्द शब्द कानावर पडत सकाळी जाग येऊ लागली. भोप्या- वासुदेवाचे पाळणे आणि हरिपाठाच्या लयबध्द ओव्यातील खणखणीत शब्द आठवताच अजूनही संमोहीत होत बालपणात रमतो. नंतर याच संतांच्या वाटेनं जात विनोबा भावे यांनी गीतेच्या अनुष्टुभ् छंदातच मराठीत गिताई लिहिली. तुलना करणं चुकीचं असलं तरी गिताई हा अनुवाद मूळ गीतेच्या पुढे गेलाय असं वाटतं. साध्यासुध्या संस्कृतमुक्त शब्दांमुळं सहज कळणारा अर्थ आणि छंदातील मात्रा यांचा सुरेख संगम गिताईत जुळून आला आहे.

या संत परंपरेतील शेवटचे संत म्हणजे गाडगेबाबा असं मी मानतो, असं मी दोनहजार चार सालात माझ्या एका सदरातील लेखात नमूद केलं आहे. गाडगेबाबांनंतर कोणी संत पहायला मिळत नाही. (गाडगे बाबा हे तसे रुढ अर्थानं वारकरी परंपरेतले संत नाहीत, मात्र महाराष्ट्रातील ते खऱ्या अर्थानं शेवटचे संत.) पण आज नकली संतांचा सर्वत्र सुळसुळाट- बुजबुजाट झाला असला तरी या नकली संतात वारकरी परंपरेतले संत नाहीत. चंगळवादी संतांची एक लाटच आज पहायला मिळते. देशात- विदेशात विमानानं प्रवास करणं, एसी गाड्यांतून फिरणं, आश्रमांच्या नावाखाली प्रचंड मालमत्ता कमावणं, भूखंड मिळवणं- बळकावणं, विविध महाविद्यालये उभारुन देणग्या घेऊन प्रवेश देणं, योग शिबीरे- सत्संगांसाठी प्रचंड फी आकारणं आणि या सर्व व्यवसायाला देवत्वाचा- धार्मिक- अध्यात्मिक मुलामा देणं. म्हणूनच या प्रचंड मिळकतीतून सरकारी आय कर बुडवण्याची वृत्ती. भोळ्या- भाबड्या लोकांपासून व्याधींना कंटाळलेले आणि सुशिक्षित पण मानसिकतेनं दुर्बळ बनलेले लोक अशा तथाकथित संताच्या कहेत जातात.

इथल्या कष्टकरी लोकांना संस्कृत समजत नाही म्हणून तात्कालिन तथाकथित कर्मठ ब्राह्मणांचा रोष पत्करुन ज्ञानदेव- एकनाथांनी गीता - भागवत मराठीत आणले आणि इतर अभंग रचनाही मराठित केली. ज्ञानदेवांना अनुसरुन नंतरच्या सर्वच संतांनी मराठीत अभंग रचना केली. तुकारामांनी तर कळस

गाठला. ग्रामीण बोलीतील त्यांचे अभंग म्हणजे पहिली अस्सल ग्रामीण कविता ठरते.

या पार्श्वभूमीवर महाराष्ट्रातील काही संप्रदाय पुन्हा संस्कृताकडे का वळले ते समजायला मार्ग नाही. भगवद् गिता, त्रिकालसंध्या, गायत्री मंत्र, निवडक संस्कृत श्लोक व कृतक भाबड्या गोष्टी सांगत केवळ लोकांना बोलका पोपट बनवणारे काही संप्रदाय महाराष्ट्रात उदयास येऊ लागले आणि मध्यंतरीच्या काळात वारकरी संप्रदाय झाकोळल्यासारखा झाला. संस्कृतातून प्राकृताकडे नेणाऱ्या संतांची विशाल दृष्टी आणि प्राकृतातून पुन्हा संस्कृताकडे नेणारी सांप्रदायिक संकुचित दृष्टी तपासून पहावी लागेल. अशा काही संप्रदायांमुळं आता खेड्यापाड्यातून एकादशीच्या पहाटेला हरिपाठाचे शब्द कानावर पडत नाहीत.

लोकांना आधुनिकतावादाला जवळचे वाटतील असे रोज नवनवे देव हवे असतात. रोज नवी चव हवी असते. त्यांचं कर्मकांडही आधुनिकतेला जवळचं हवं असतं. लोकांच्या मानसिकतेला नेहमी वेगळेपणा भावतो आणि त्यांना अध्यात्माचा सोपेपणाही हवा असतो. काळाचा महिमा म्हणून, कालाय तस्माय नमः या न्यायानं नव्या नावाचा नवा देव भावायला लागतो आणि नेमका त्याचाच फायदा नकली संत उठवतात.

वीस वर्षापूर्वीचं शिर्डीचं मंदिर आणि आजचं मंदिर यांची तुलना करुन पाहू या. वीस वर्षापूर्वी शिर्डीला गेलो होतो. त्या मंदिरात जीव रमायचा. जवळून दर्शन व्हायचं. पवित्रतेचा सुगंध दरवळायचा. मंदिराबाहेर थोडीफार झाडी झुडपं असल्यानं नैसर्गिक प्रसन्न वातावरण होतं. पण काही दिवसांपूर्वी शिर्डीला जाऊन आलो तर तिथं जीव गुदमरु लागला. आपण पाहिलेले वीस वर्षापूर्वीचं हे मंदिर नव्हे. या प्रचंड मंदिर परिसरात देवत्व आढळून आलं नाही. नव्हतंच ते मंदिर. मी पाहिलेल्या शिर्डीच्या कोणत्याही खुणा तिथं दिसत नव्हत्या. मंदिराचा प्रचंड आडदांडपणा अंगावर येत होता. मंदिर नव्हे तर ते प्रचंड कोंडवाड्यातील अक्राळ जंगल वाटू लागलं. साईबाबांची मुर्तीही कोंडून ठेवल्यासारखी वाटली. तिथं कोणताही पवित्र सुगंध मला जाणवला नाही. या व्यावसायिक पांढऱ्या जंगलातून मी केव्हा एकदा बाहेर पडेल असं झालं.

या उलट पंढरपूरचं मंदिर. आत्ताच पंढरपूरला जाऊन आलो. तेच मंदिर. तोच पवित्रपणा. इतक्या सुबक प्राचीन मंदिराचा पाडाव करुन जर कोणी तिथं आज भव्यदिव्य मंदिर उभारु पहात असेल तर वारकऱ्यांनी ते कधीच होऊ देऊ नये. कारण नुसतं देवाचेच- मूर्तीचेच पावित्र्य नसतं तर देवासोबत तो ज्या पवित्र पारंपरिक पुरातत्वीय वास्तुत प्राणप्रतिष्ठित झालेला असतो ते जसंच्या तसं

जतन करणं हे तेवढेच महत्वाचं असतं.

रूढ अर्थानं मी आस्तिक नाही. देवाचं अवडंबर माजवणं मला मान्य नाही. देवांची दुकानं थाटण्याच्या व देवाच्या नावानं व्यावसायिक दुकानदारी करण्याच्या विरोधात आहे. पण वारकरी संप्रदायातील विठ्ठलाच्या निमितानं जर जगाला एवढे महान द्रष्टे संत मिळत असतील तर (विठ्ठलासारखे) असे देव असणं किती आवश्यक आहे हे ही तेवढंच खरं.

भाग चौथा : परिशिष्टे

१. बागलाण : विभूती, मंदिरं आणि तिर्थ-पर्यटन

बागलाणातील विभूती, मंदिरं, तिर्थक्षेत्रं आणि पर्यटन क्षेत्रं यांची दखल घेतली नाही तर हा ग्रंथ अपूर्ण ठरेल. यात उपासनी महाराज, उध्दव स्वामी, पद्मनाभ स्वामी, नयन महाराज, दावल मलीक आदी विभूती आणि मांगीतुंगी, आलियाबाद, देवळाणे, कपालेश्वर, दोधेश्वर येथील मंदिरं व साल्हेर- मुल्हेर किल्ले यांचा समावेश करावा लागेल. या सर्वांबाबत काही ठळक गोष्टी इथं नमूद कराव्याश्या वाटतात.

<u>उपासनी महाराज</u> म्हणजे सटाण्याचे काशिनाथ गोविंद उपासनी. त्यांचा जन्म १५ जून १८७० ला सटाणा इथं झाला. पुण्याला पॅरामेडीकल अभ्यास पूर्ण करुन त्यांनी सांगली व नंतर अमरावतीला औषधालयाची दुकानं चालवली होती. नंतर बी. ए. एल. एल. बी. करुन अकोला इथं वकिलीही केली. त्यांची तीन विवाह झाली होती, पण काही दिवसांनी संसारात त्यांना वैराग्य येऊन त्यांनी तिर्थयात्रा सुरु केली.

ते साईबाबांचे शिष्य समजले जातात. शिर्डीला साईबाबांनी त्यांच्याकडून स्मशानात तपश्चर्या करवून घेतली. शिर्डीला साईबाबांच्या सानिध्यात चार वर्षे राहून नंतर साईबाबांच्या उपदेशानुसार शिर्डीजवळच्या साकोरीला ते मठ स्थापन करुन राहिले. तिथं त्यांनी कन्याकुमारी संस्था स्थापन केली. या धर्मपीठाची जबाबदारी सती गोदावरी मातेने पार पाडली. उपासनी महाराजांनी स्त्री धर्माला महत्व दिलं आणि कुमारी पूजनाचा संप्रदाय चालवला.

इसवी सन १९२८ मध्ये उपासनी बाबा सटाण्याला आले आणि त्यांनी अनेक लोकांना दीक्षा देऊन गोरगरीबांसाठी भंडारा घातला होता. ते वयाच्या ७१ व्या वर्षी २४ डिसेंबर १९४१ रोजी साकोरी इथं स्वर्गवासी झाले.

त्यांच्या मृत्यूनंतर सटाण्यात त्यांच्या भक्तांनी भव्य मंदिर बांधलं आहे.

<u>उध्दव महाराज</u> हे काशीचे शिवबा नावाचे तपस्वी होते. ते तिर्थक्षेत्रे फिरत असताना मुल्हेरला आले. त्यांना आतून जाणवलं की आपण आता इथंच रहावं म्हणून ते कायमस्वरुपी मुल्हेर इथं रहावयास आले. मुल्हेर येथील काशीराज महाराजांकडून त्यांनी दीक्षा घेतली. शिवबा हे ब्रह्मचारी होते. ते आपल्या मृत्यूपर्यंत मुल्हेर इथंच राहिले. त्यांच्या मृत्यूनंतर त्यांची समाधी व मंदिर बांधण्यात आलं. मुल्हेर गावास उध्दव महाराजांच्या समाधीमुळं विशेष प्रसिध्दी मिळाली आहे. त्यांच्या मंदिरात दर कोजागिरी- आश्विन शुध्द पौर्णिमेला अजूनही

"](

रासक्रिडा खेळली जाते.

मंदिरात चौदा हात व्यास असलेले व चौदा आऱ्या असलेले एक चक्र असून त्याला अठ्ठावीस वेळूचे बांबू लावून दोरांनी जाळं विणलं जातं. चक्र केळींच्या पानांनी झाकून संध्याकाळी चौदा हात उंच अशा खांबावर चढवलं जातं. खांब व चक्र पुन्हा फळाफुलांनी सजवले जातात. रात्री सुरु होणारा हा उत्सव सकाळपर्यंत सुरु असतो. यावेळी अनेक भाषांमधील परंपरागत पदं म्हटली जातात आणि लहान मुलांना गोपींचं रुप साज देऊन तिथं फुगड्यांचा खेळही खेळला जातो. ही रासक्रिडा पाहण्यासाठी दूरवरुन लोक येतात.

बागलाण तालुक्यातील विरगाव या गावात कान्हेरी नदीच्या थडीवर <u>पद्मनाभ स्वामीं</u>ची समाधी बांधली आहे. ह्या समाधीला दुसरं नाव श्यामदेऊळ असंही आहे. लहान होतो तेव्हापासून मी ही समाधी पहात आलो आहे. पद्मनाभ स्वामी हे तिर्थक्षेत्रं करत कुठूनतरी येऊन विरगावला थांबले. विरगावला ज्या ठिकाणी आज त्यांची समाधी आहे तिथं ते कुटी बांधून राहात असत. पद्मनाभ स्वामींचा पूर्वेतिहास आज विरगावात कोणालाही ज्ञात नाही. ते कुठून आले वगैरेही माहीत नाही. त्यांनी संजीवनी समाधी घेतली असं परंपरेनं सांगितलं जातं. त्यांचा कालही अज्ञात आहे. त्याकाळी विरगावातील लोकांनी वर्गणी गोळा करुन त्यांची प्रशस्त समाधी बांधली आहे. त्यानंतर सन १९२५ मध्ये विरगावातील कै. केशव कृष्णा वाणी यांनी या समाधीचा व मंदिराचा जिर्णोध्दार केला.

समाधीला चारी बाजूनं भिंती बांधून प्रशस्त वाडा तयार केला आहे. मागं व पुढं दरवाजे बसवलेले आहेत. समाधी परिसरात एक छोटा आड असून नदीकाठी असल्यामुळं त्याला बाराही महिने पाणी असतं. एका पिंपळाभोवती दगड-चुन्याचा ओटा बांधला असून समाधीत दोन तीन वृक्ष व बगीचा फुलवलेला आहे. बाजूला पत्र्यांचं शेड तयार केलेलं आहे.

दरवर्षी आषाढ महिन्यात आषाढ वद्य सप्तमी ते चतुर्दशीपर्यंत श्रीमद्भागवत ग्रंथाचं वाचन करण्यात येतं. आषाढ वद्य चतुर्दशी या पद्मनाभ स्वामींच्या पुण्यतिथीला समाधीला अभिषेक केला जातो व याच दिवशी श्रीमद्भागवत ग्रंथवाचन समाप्तीचा कार्यक्रम होतो. पूर्वी देहू, आळंदी वा त्र्यंबकेश्वर येथून ग्रंथ वाचनासाठी ब्राह्मण आणले जात. मध्यंतरी मुल्हेर येथील पंडीत वाचन करीत. आता सन २००१ पासून पिंपळनेर येथील एक ब्राम्हण ग्रंथ वाचनासाठी येतात. ग्रंथ वाचन समाप्तीनंतर दुसऱ्या दिवशी म्हणजे आषाढ अमावस्येला दरवर्षी यात्रा भरते.

याच शेडमध्ये गाव उघरानीतून (वर्गणीतून) चतुर्दशीला गावजेवण दिलं जातं. समाधीच्या परसात लहान मुलाला कृष्णाचं रुप देऊन त्याला दुपारनंतर अर्धा दिवस एका सिंहासनावर स्थापन केलं जातं व गावकलाकरांकडून समाधीजवळ ललित सादर होतं. ललिताचा कार्यक्रम संपताच कृष्णाकडून दहीहंडी फोडली जाते.

सदर मंदिर अलीकडे पुन्हा पडझडीला आलं होतं. मात्र गावात एक स्वयंसेवक मंडळ स्थापन झालं. या मंडळाने पुन्हा एकदा मंदिराचा आवश्यक तो जिर्णोध्दार केला.

इसवी सन १६८० ते १७५० या काळात अंतापूर इथं <u>कमलनयन उर्फ नयनमहाराज</u> होऊन गेले. मुल्हेरचे श्री उध्दवमहाराज यांचे ते पट्टशिष्य होते. त्यांनी बरंच काव्य केलं असलं तरी ते आज नामशेष झालं आहे. मात्र त्यांचं अभंगावली नावाचं हस्तलिखित काव्य आजही कै. डॉ. रघुराज पंडीत यांच्या घरी उपलब्ध आहे. या पुस्तकात संस्कृत, मराठी याबरोबरच बागलाणच्या अहिराणी भाषेतही काव्य आहे. त्यांच्या आज फक्त पंधराशे ओव्या उपलब्ध आहेत. या काव्यातून त्यांनी लोकांना सन्मार्ग दाखवत यथायोग्य उपदेश केलेला दिसतो.

मान्हा हरि मी सऊ हरिना पोसनावो,

जन्मोजन्मीना दास श्रुध्दवासनावो,

काय गरज मुक्तनी, माले रतीसे भक्तीनी

भाव भासनावो ।धृ.।

मान्हे हाते तेल फुले लवावसुवो,

उन्ह निर्मळ पानी करी न्हावसुवो,

पितांबर पांघरीसनी, सिंव्हासनी बैसडानी,

प्रेमे पुजसुवो । १ ।

फुले करिनी, विर गुंठी गुंफसुवो,

भाळ चांगलं मृद मद रेखसुवो,

उटी केशरनी दिसू, माळा तुळसीनी करसू

गळे घालसुवो । २ ।

धृपद राग कान्हापुढे अर्पसुवो,

आत्मज्योती आरती ते वोवाळसुवो,

मेवा मिठाई, कनकताट भरीनी शंक,

खावाडसुवो । ३।

गंगाजळ कापूरवातीस भेवे पाजसवो,

विडा देईनी आळींगन साधसुवो,

स्तुती मधुर बोलसू, नाना खेळ खेळसू,

नयनी जोयसुवो । ४।

असं त्यांचं काव्य अहिराणीसदृश्य भाषेत शब्दबध्द झालं आहे.

सटाण्यापासून तीस किलोमीटर अंतरावर **मांगीतुंगी** नावाचं जैन लोकांचं तिर्थक्षेत्र आहे. इथं संपूर्ण भारतातून श्रध्देनं जैन धार्मिक लोक येतात. काही पर्यटक म्हणून भेट द्यायला येतात. मांगीतुंगी मंदिरापासून डोंगराचा पायथा दोन किलोमीटर अंतरावर आहे.

मांगीतुंगी हे जैन धर्मियांचं पवित्र क्षेत्र समजलं जातं. तिथल्या डोंगराला मांगी व तुंगी या नावाची दोन शिखरं आहेत. या शिखरांच्या नावावरुन या तिर्थक्षेत्राला व त्या गावालाही मांगीतुंगी नाव पडलं. डोंगराच्या पायथ्याजवळच्या गावाचं जुनं नाव भिलवाड होतं, परंतु आज ते मांगीतुंगी या नावानंच ओळखलं जातं. डोंगराच्या शिखरावर पोचण्यासाठी साडेचार हजार पायऱ्या बांधल्या आहेत. संपूर्ण भारतातून जैन मुनी इथं येत असतात आणि सर्वधर्मीय भाविकही इथं भेट देतात. आता डोंगरात महावीरांचं भव्य शिल्प (एकशे आठ फूट) कोरण्याचं काम पूर्ण झालं असून या शिल्पार्यंत पोचण्यासाठी रस्ताही तयार झाला आहे. या रस्त्याने वरपर्यंत वाहन जातं. मांगीतुंगीला दरवर्षी यात्रा भरते पण तिचं स्वरुप लहान असतं.

सटाणा (बागलाण) तालुक्यातील अंतापूर जवळच **दावल मलिक** यांचं एक ठिकाण आहे. दावलशा यांचं मंदिर डोंगरावर असून डोंगराच्या पायथ्याला एक दर्गा आहे. अनेक गावाहून कंदोरी नावाचा विधी करण्यासाठी भक्त इथं येत असतात. कंदोरीच्या बोकडाचा नैवेद्य दर्गाला दिला जातो तर वर मंदिरात गुळ काल्याचा नैवेद्य दिला जातो. हे धार्मिक स्थान हिंदू व मुस्लीम दोन्ही धर्मांचे भक्त आपलं श्रध्दास्थान मानतात. मुसलमान संत परंपरेत दावल मलिक हे नाव आढळतं. दावल मलिक हे गुजराथ काठेवाड भागातील शाह दावल मलिक आहेत. तरीही त्यांचा दर्गा अंतापूर जवळच्या डोंगरावर आहे. हजरत शाह आलम या सूफी पंथीय आवलियाचे ते शिष्य समजले जातात.

मुल्हेर जवळच्या **आलियाबाद** गावाला एक प्राचीन **शिव मंदिर** आहे. हे मंदिर हेमाडपंथी असून संपूर्ण मंदिर कोरीव पाषाणात असल्यानं त्याचं सौष्ठव पहाण्यासारखं आहे. परंतु या मंदिराकडे पुरातत्व खातं लक्ष देत नसल्यानं पडझडीतून त्याचं अस्तित्व आज धोक्यात आलं आहे.

<u>देवळाणे</u> या गावातही एक प्राचीन शिवाचं शिल्प मंदिर आहे. मंदिरावर कामशास्त्रातील अनेक शिल्प कोरली आहेत. हे मंदिर म्हणजे खजूराहो येथील मंदिराचं प्रतिरुप असल्याचं समजलं जातं. मात्र स्थानिक अज्ञानामुळं अनेक शिल्पांवर दगडांनी प्रहार करुन ते जाणून बुजून फोडल्याचं लक्षात येतं. पुरातत्वशास्त्रीय दृष्टीकोन नसल्यानं स्थानिक गावकऱ्यांकडून जिर्णोधाराच्या हेतूनं काही ठिकाणी अत्याधुनिक सिमेंटकरणाचे लेप दिल्यामुळं या मंदिराचा प्राचीनपणा आज नाहिसा झाला आहे.

सटाण्यापासून पंचवीस किलोमीटर पश्चिमेला <u>कपालेश्वर</u> नावाचं तिर्थक्षेत्र आहे. हे तिर्थक्षेत्र हती नदीच्या काठावर असून पूर्वी ह्या नदीचा बाराही महिने प्रवाह सुरु असायचा. मंदिराजवळ नदीच्या काठाला घनदाट केवड्याचं बन होतं. त्यातून आलेलं झीळांचं पाणी गायमुखातून एका तलावात पडत असे व या तलावात भक्त स्नान करीत असत. पण आज तिथं केवड्याचं बन उरलं नाही आणि नदीला पाणीही नाही म्हणून हा मंदिराचा परिसर भकास झाला आहे.

<u>दोधेश्वर</u> हे तिर्थक्षेत्र सटाण्यापासून अवघ्या नऊ किलोमीटरवर उत्तरेला डोंगरांच्या कुशीत वसलेलं आहे. हे तिर्थक्षेत्रही पूर्वी हिरव्यागार निसर्गानं नटलेलं असायचं. चहूबाजूनं असलेल्या डोंगरांवर हिरवेगार जंगल होतं. मंदिर परिसरात तलाव, विहीर तिथं आजही असले तरी स्नान करण्याचा तलाव आज कोरडा झाला आहे.

<u>साल्हेर मुल्हेरचे किल्ले</u> तर संपूर्ण महाराष्ट्राला ज्ञात आहेत. महाराष्ट्राच्या कानाकोपऱ्यातून आजही अनेक पर्यटक व गिर्यारोहक साल्हेर किल्ल्याला भेट द्यायला येत असतात. महाराष्ट्रातील पहिल्या क्रमांकाचं उंच शिखर कळसूबाईचं शिखर असून दुसऱ्या क्रमांकाचा उंच किल्ला हा साल्हेर किल्ला आहे. या किल्ल्यांवर पूर्वी प्रचंड जंगल होतं. मात्र आज हे किल्ले पूर्णपणे उघडे बोडके पडले आहेत.

<u>सप्तशृंगी देवी</u> बागलाण तालुक्यात नसली तरी ते खानदेशाचे दैवत आहे. बागलाणातील लोकही हे दैवत बागलाणातलेच समजतात.

२. आदर्श म्हणजे काय

आदर्श म्हणजे काय? आदर्श कोणाकडून घेता येतात. आयुष्यात आपल्यापुढं एकाच एक व्यक्तीचा आदर्श असतो का? का अनेक आदर्श असतात? देव मामलेदार यांच्याकडून आपल्याला कोणते आदर्श घेता येतील याचीही चर्चा व्हायला हवी.

आपले आदर्श काल्पनिक नकोत, ते व्यावहारिक असायला पाहिजेत.

कोणताही मनुष्य घडवायला फक्त एखादाच अनुभव- एखादाच आदर्श कामास येतो असं नाही. जिथून कुठून आदर्श घेता येईल तिथून आदर्श घेत पुढं जाता आलं पाहिजे. म्हणून अनेक थोर व्यक्तींच्या आदर्शस्थानिय व्यक्ती कधीच एकच एक नसतात.

आदर्श घ्यायला खूप दूर जावं लागतं असंही नाही. कोणाकडूनही काही शिकत असताना त्याचा एखादा उद्‌गारही आपले विचार उलटे पालटे करायला पुरेसा ठरतो. कोणाच्या एखाद्या उद्गाराचा - आपल्याला हवा तसा अर्थ घेऊन आपलं जीवन आपण घडवू शकतो. आदर्श घेण्यासाठी ती व्यक्ती जगावेगळी वा सुप्रसिध्द असली पाहिजे असंही नाही. कोणत्याही सर्वसाधारण व्यक्तीकडून, लहान मुलांकडून, निसर्गाकडून, प्राण्यांकडून वा एखाद्या घटनेतूनही आपण आदर्श घेऊ शकतो. सृष्टीमधील किटक, पशू, पक्षी यांच्याकडूनही आदर्श घेणाऱ्याला घेता येतो. म्हणून आपल्या जीवनात फक्त एकच एक आपला आदर्श असतो, एकच एक गुरु असतो असं होत नाही.

सामान्य माणसाचे सामान्य उद्‌गार, सामान्य कृती, पाहून - ऐकून आदर्श घेता येतो, अर्थात आदर्श घेणाराही तसा तोलामोलाचा असावा लागतो. इथं गौतम बुध्दाची एक गोष्ट आठवते:

एकदा गौतम बुध्द धर्म प्रचारासाठी पायी भटकत होते. जंगलातून जात होते. आणि तेव्हा एकदम मुसळधार पाऊस सुरु झाला. गौतम बुध्दांना रस्त्यात एक नाला आडवा आला. नाला दोन्ही थड्या भरुन वेगानं वाहत होता. नाला अरुंद आणि खोल असल्यामुळं त्या नाल्याच्या धारेला जबरदस्त ओढ होती. नाल्यात त्या प्रचंड प्रवाहाच्या धारेत उतरलं तर वाहून जाण्याच्या भीतीमुळं नाल्याचं पाणी थोडं ओसरलं की मग पुढं जाऊ, असा विचार करुन बुध्द नाल्याच्या काठावर थांबले.

तेवढ्यात त्यांचं लक्ष काठावरील एका झुडुपावर गेलं. त्या झुडुपावर एक कोळी किडा आपलं जाळं विणत होता. नाल्यातील पाण्याने ते झुडुप अर्धअधिक बुडालेलं होतं आणि पाण्याच्या प्रवाहामुळं ते झुडुप जोरजोरानं मागेपुढं हेलकावे घेत हलत होतं. झुडुप जसं हलायचं तसं ते कोळी किड्याचं विणलेलं जाळं तुटत होतं. तरीही कोळी किड्यानं ते जाळं विणण्याचं आपलं काम बंद केलं नाही. पुन्हा पुन्हा तुटूनही ते जाळं तो पुन्हा विणण्याचा सारखा प्रयत्न करत होता.

कोळीकिड्यानं पाण्याच्या भितीमुळं आपलं काम बंद करुन आराम केला नाही, हे गौतम बुद्द पहात होते. त्यांनी त्या किड्याकडून आदर्श घेतला. ते मनात म्हणाले, इतकी प्रतिकूल परिस्थिती असूनही साधा कोळी किडा आपलं काम बंद करत नाही तर मी माणसासारखा माणूस असूनही मला आराम करायचा काय अधिकार? लगेच बुध्दांनी नाल्यात उडी मारली व एवढ्या प्रंचड ओढ असलेल्या पाण्यातून कसंतरी पोहत ते दुसऱ्या थडीला आले आणि धर्म प्रचाराच्या कामाला पुढं चालू लागले, म्हणजे लोकांना चांगलं तत्वज्ञान शिकवण्यासाठी पुढं गेले. हा अर्थ त्या कोळी किड्याने बुध्दांना सांगितला नाही. त्या किड्याच्या हालचालीतून-धडपडीतून तो अर्थ स्वतः गौतम बुध्दांनी त्या कृतीतून काढला, हे सांगणं इथं महत्वाचं ठरतं.

याचं तात्पर्य काय? चांगलं काम करायचं, अभ्यास करायची तयारी असेल तर कोणत्याही प्रतिकूल परिस्थितीत आपल्याला प्रगती करता येते. प्रतिकूल परिस्थिती आपल्याला बांधून ठेवत नाही. आपणही त्याचं भांडवल न करता पुढं जात राहिलं पाहिजे. दुसऱ्यानाही चांगला रस्ता दाखवत.

३. जग बदलायचं का आपण

हे जग बदलण्याची वाट पहात बसू नका. जग बदलण्याच्या भानगडीतही पडू नका. आपण स्वत: बदला असं भाष्य आपल्याला अनेक आदर्शवत लोकांकडून ऐकायला मिळतं. आणि नेमक्या अशा लोकांकडून ऐकायला मिळतं की त्यातील काही लोकही दुसऱ्यांना नेहमी वाईटच म्हणत असतात. प्रवचनात, आख्यानात, कीर्तनात वा एखाद्या ट्रेनिंग सेंटरमध्ये असं हमखास शिकवलं जातं. या म्हणण्याला पुष्टी देण्यासाठी सोबत दृष्टांत कथाही सांगितली जाते. ती कथा अशी :

ज्याला हे जग बदलायचं होतं अशा एका माणसानं देवाची प्रार्थना करुन देव प्रसन्न करुन घेतला. प्रसन्न झाल्यावर देवानं त्या माणसाला विचारलं, '*काय हवंय वत्सा तुला?*' तो माणूस म्हणाला, '*मला जग बदलायचं आहे. त्यासाठी मला बळ दे.*' देव म्हणाला, '*तथास्तु. तुला वीस वर्ष देतोय मी. जा जग बदलून ये.*'

वीस वर्षानंतर पुन्हा तो माणूस देवाजवळ आला. म्हणाला, '*जग खूप मोठं आहे म्हणून मला जग बदलता येत नाही, आता मी देश तरी बदलून पाहतो.*' देव म्हणाला, '*जा, तुला पुन्हा वीस वर्ष दिली. तुझा देश बदलून ये.*' वीस वर्षानंतर तो परत येतो आणि देवाला सांगतो, '*देशही खूप मोठा आहे. देश बदलता येत नाही. देश बदलत नाही तर आता मी राज्य तरी बदलून पाहतो.*'

त्याला आपलं राज्यही बदलता येत नाही. मग तो जिल्हा बदलायचं म्हणतो. नंतर तालुका व त्यानंतर गाव बदलू पाहतो. पण गावही बदलत नाही. आता स्वत:चं घर. घरातील माणसंही बदलत नाहीत. म्हणून तो देवाला शरण येतो. देवाला सांगतो, '*कोणीच बदलत नाही, म्हणून मी आता स्वत: बदलणार आहे.*' आणि तो बदलतोही.

देव हसतो. म्हणतो, '*समाज बदलू नका. स्वत:ला बदला. जगासारखे वागा.*'

इथंच तर खरी गोम आहे. आपण बदलणं म्हणजे नेमकं कसं बदलायचं? लोकांप्रमाणं आपण वागणं म्हणजे आपण बदलणं. लाच घेणाऱ्यांबरोबर जमवून घेण्यासाठी लाच घ्यायला सुरुवात करायची म्हणजे आपण बदलणं का? असं आपण बदलणं देवाला अभिप्रेत आहे का? भ्रष्टाचाऱ्यांबरोबर जमवून घेणं म्हणजे भ्रष्टाचाराला साथ द्यायची? नंगटांमध्ये बदलून नंगट व्हायचं? दारु पिणारा आपल्या सांगण्यावरुन दारु पिणं सोडत नसेल तर आपण त्याच्यासोबत दारु प्यायची? कोणतंही व्यसन करणारा व्यसनी आपलं व्यसन सोडत नसेल तर

आपण त्याच्यासारखं व्यसनी व्हायचं? जे दोष आपल्याला इतरत्र दिसतात त्यांच्यासारखं होऊन त्या दोषांना सामोरं जायचं म्हणजे बदलणं? अथवा वाईट गोष्टींकडं डोळेझाक करायची? चांगलं शिकवायचं नाही आणि विरोधही करायचा नाही? अन्याय सहन करायचा? अन्याय पचवत जगायचं. समाज बदलायच्या भानगडीत न पडता आपण बदलायचं म्हणजे आपण त्यांच्यासारखं व्हायचं असं सरळ सरळ हे दृष्टांत आपल्याला सांगतात. शिकवतात. असाही अर्थ या स्वत: बदलण्याच्या उपदेशात असू शकतो, तो नाकारता येणार नाही.

परंतु देव मामलेदार असं कोणाला सांगत बसले नाहीत. कीर्तन, भजन, सत्संग, प्रवचन करत लोकांना उपदेश करत बसले नाहीत. आपल्याला जेवढा लोक कल्याणार्थ परोपकार करता येईल तेवढा करत राहीले आणि त्यात ते यशश्वी होत देव होऊन गेले.

४. अहिराणी भाषेचा संक्षिप्त इतिहास

अहिर - अहिराणी : अहिराणी भाषा म्हणजे अभीर लोकांची भाषा असं समजलं जातं. अभीरांची भाषा अभिराणी. अभीरचा अपभ्रंश अहिर आणि अभिराणीचा अपभ्रंश अहिराणी. अभीर नावाचे लोक प्राचीन काळापासून खानदेशात राहात होते असं उल्लेख ग्रंथातून, शिलालेखांतून मिळतात. रामायण, महाभारतातही अभिरांचे उल्लेख येतात. इ. स. चौदाव्या शतकात अभिर लोकांची एक वसाहत खानदेशात असल्याचं शिलालेखावरुन दिसतं. (एपि. इंडि. २५-२०३). आजही खानदेशात अहिर शिंपी, अहिर ब्राह्मण, अहिर सोनार, अहिर कुणबी अशा जाती आढळतात. अहिरराव, अहिरे ही आडनावं आजही विपुल प्रमाणात दिसतात. प्राचीन काळी हे सगळे अभीर होते. खानदेश हा मूळचा अभीर किंवा अहिर यांचा प्रदेश.

अहिराणी भाषा धुळे, जळगाव, नंदुरबार व नाशिक या चार जिल्ह्यात बोलली जात असली तरी तिचं बोललं जाणारं स्वरुप सर्वत्र सारखं नाही. धुळे हा अहिराणी भाषेचा केंद्रप्रदेश मानला जातो. नाशिक जिल्ह्यातील अहिराणी भाषेवर मराठीचा जास्त पगडा असून धुळे व नंदुरबार जिल्ह्यातील अहिराणी भाषेवर गुजराथीचा प्रभाव आहे. गुजरात सीमेला लागून असल्यामुळं हा प्रभाव नवापूर, नंदुरबार भागात जास्त दिसतो. जळगाव जिल्ह्यातील अहिराणी भाषा वऱ्हाडी- वैदर्भी भाषेला जवळची वाटते.

अहिराणी भाषेवर अनेक जमाती- जातींच्या पोटभाषांचा हळूहळू प्रभाव पडत राहिला म्हणून ही भाषा आज सर्वसमावेशक अशी झालेली आढळते. याच कारणामुळं अहिराणीत जातीजमातीपरत्वे अहिराणीच्या पोटभाषा झालेल्या दिसतात. उदा. अहिराणी भिल्ली, पावरी, नेमाडी, गुजरी, बडगुजरी, लाडशिक्की, घाटोई, महाराऊ, तडवी, काटोनी, परदेशी, घाटकोकणी, डांगकोकणी, ठाकरी, वारली, लेवा पाटीदारी बोली, मुसलमानी बोली, भावसारी रंगारी बोली अशा जातीनुरुप अहिराणीच्या पोटभाषा दिसतात. तर दुसरीकडे आजची बागलाणी, तपांगी, खाल्यांगी, वरल्यांगी, डोंगरांगी, नंदुरबारी, दखनी, देहवाली असे प्रादेशिक भेदही दिसतात.

खानदेशातील भील, मावची, कोकणा, पावरा, ठाकर यांच्या बोली भाषेवर अहिराणी भाषेचा प्रभाव ठळकपणे लक्षात येतो. अशा स्थूल साम्यस्थळांमुळं सर ग्रियर्सनांकडून अहिराणीला भिल्ल लोकांची भाषा असं चुकीनं संबोधलं गेलं.

अहिराणी ही एका विशिष्ट जात- जमातीची बोलीभाषा नसून खानदेशात वास्तव्य करणाऱ्या सर्वसामान्य लोकांची (सर्व जाती - जमातींची) लोकभाषा आहे.

सातपुडा पर्वत, वाघुर नदी, अजिंठ्याचे डोंगर, चांदवड सह्याद्रीच्या रांगा या चतुःसीमांच्या आत आणि तापी, नर्मदा, वाघुर, पूर्णा, भोगावती, बारी, हडकी, गुळी, अनेर, वालेर, अरुणावती, गोमाई, वाकी, बुराई, अमरावती, सानपान, नेसू, हत्ती, गिरणा, पांझरा, मोसम, आरम, कान्हेरी या नद्यांच्या खोऱ्यात अहिराणी बोलली जाते.

खानदेश - खानदेशी : खानाचा देश, खाणींचा देश, कन्हदेश अशा खानदेशाच्या बऱ्याच व्युत्पत्या सांगितल्या जातात. पण इथं त्या सर्वांचा आढावा घेणं अप्रस्तुत वाटतं.

१८८० च्या गॅझेटियर ऑफ बॉम्बे प्रेसिडेन्सी खंड १२, खानदेश यांच्या नोंदीप्रमाणे १०४३१ चौ. मैलाचा भूभाग खानदेशात मोडत होता. त्याची लांबी १६० मैल तर रुंदी ७० ते ९० मैल होती. खानदेशची लोकसंख्या १८७२ च्या जनगणनेनुसार १०२८६५४२ एवढी होती. खानदेश जिल्ह्यात ३१ शहरे आणि २,६१४ खेडी होती.

प्रदेशाचं जे नाव असायचं त्या वरुन त्या प्रदेशात बोलल्या जाणाऱ्या भाषेला ओळखलं जायचं. म्हणून खानदेशात बोलल्या जाणाऱ्या भाषेला खानदेशी असं नाव पडलं.

बागलाण- बागलाणी : बागलाण प्रांतात इ. स. च्या १७०० या कालखंडापर्यंत बागुल राजांची कारकीर्द होती. अधिकृतपणे इ. स. १३०० पासून बागुल राजांची नामावली सापडत असली तरी खूप आधीपासून बागलाणात बागुलांचं साम्राज्य असावं. तत्कालीन पध्दतीनुसार राजवटीच्या नावावरुन प्रदेशाला नाव मिळत असे. बागुल राजाची राजवट असलेला प्रांत म्हणून या प्रांताला बागलाण या नावानं ओळखलं जात असे. पुन्हा प्रांताचं जे नाव असायचं तेच त्या प्रांतात बोलल्या जाणाऱ्या भाषेचं नाव असायचं. म्हणून बागलाणच्या भाषेला बागलाणी असं नाव पडलं.

पूर्वीचा बागलाण प्रांत खूप मोठा होता. त्यात संपूर्ण खानदेशाचाही समावेश होत होता. बागलाणात बागुलांच्या आधी अभिरांची राजवट होती. ही राजवट इ. स. २०३ ते इ. स. ४१६ च्या सुमारास सांगतात. अभिर लोक पुढं अहिर झाले. भरताच्या नाट्यशास्त्रात अहिराणीचा विभाषा म्हणजे बोलीभाषा असा उल्लेख आहे, तर वररुचीच्या व्याकरणात अहिराणीचा भाषा अपभ्रंश म्हणून उल्लेख आहे. अशा आधारांवरुन अहिराणी भाषा इसवी सनाच्या तिसऱ्या किंवा चौथ्या शतकाइतकी

म्हणजेच मराठी पेक्षा जुनी ठरते.

बागलाण हा पूर्वी जिल्हा होता पण तो गुजरातच्या अधिपत्याखाली होता. अकबर बादशाहने 'ऐने अकबरी' ग्रंथ लिहिला आहे. त्या ग्रंथात बागलाणचा उल्लेख आढळतो. सुरत व नंदुरबार या दोन गावांतील प्रदेश म्हणजे बागलाण होय. बागलाण हा पहाडी भाग असून तेथील लोक कणखर आहेत, असा उल्लेख अकबराने 'ऐने अकबरी' मध्ये केला आहे. तेव्हा बागलाण प्रांतात १००० गावं होती. बागलाणची लांबी २०० मैल, रुंदी १६० मैल होती. बागलाणचे ३० विभाग होते. म्हणजे खानदेशपेक्षा बागलाणात येणारे क्षेत्रफळ विशाल होतं. बागलाण उत्तरोत्तर संकुचित करण्यात आला.

३ जुलै, १८१८ रोजी पेशव्यांनी बागलाण इंग्रजांना देऊन टाकला. इ. स. १८६९ पर्यंत बागलाण हा खानदेशचा भाग होता. त्यानंतर बागलाण हा नाशिकला देण्यात आला.

म्हणून अहिराणी, खानदेशी व बागलाणी या तीनही वेगवेगळ्या संज्ञा व्यापक अर्थानं एकाच अहिराणी भाषेसाठी आहेत. अहिराणी ही जनवाचक संज्ञा आहे. अहिर लोकांची भाषा ती अहिराणी. खानदेशी ही प्रदेशवाचक संज्ञा आहे. खानदेशात बोलली जाणारी ती खानदेशी. बागलाणी ही प्रांतीय संज्ञा आहे. बागलाण प्रांतात बोलली जाणारी ती बागलाणी.

मात्र अलीकडे बागलाण तालुका, कळवण, मालेगाव, चांदवड, दिंडोरी, नांदगाव आदी भागात बोलल्या जाणाऱ्या अहिराणी भाषेच्या थोड्या वेगळ्या स्वरुपाला बागलाणी म्हटलं जातं. तसंच जळगाव जिल्ह्यातील अहिराणीच्या थोड्या वेगळ्या स्वरुपाला आता खानदेशी म्हटलं जातं.

अहिराणी भाषिकांची संख्या १९६१ च्या जनगणनेनुसार ३,६७,४७२ होती. पण हा आकडा ग्राह्य मानता येत नाही. कारण घरात अहिराणी बोलणारे सुशिक्षित लोक आपली मातृभाषा मराठी आहे असं सांगतात. त्यामुळं अहिराणी बोलणारे लोक आज एक कोटीच्या आसपास असू शकतात.

१९६१ च्या जनगणनेनुसार महाराष्ट्रात ६५ बोलीभाषा बोलल्या जातात. त्यापैकीच एक अहिराणी. खानदेशात अहिराणीच्या २१ बोली आहेत. बोली भाषांमध्ये सर्वात मोठं भौगोलिक क्षेत्रफळ अहिराणीचं आहे.

क्षेत्र: ३०० मैल लांब व १५० मैल रुंद. (खानदेशचं क्षेत्रफळ: २१००० चौ. कि.मी.).

अहिराणीचे काही ठळक वैशिष्ट्ये खालीलप्रमाणे सांगता येतील :

१. जळगाव जिल्ह्यातील अहिराणी भाषेत ळ बद्दल य वापरतात. मात्र नाशिक जिल्ह्यातील अहिराणीत ळ वापरला जातो.

२. मराठीतल्या आहे व गुजराथीतल्या छे ऐवजी अहिराणीत शे वापरतात.

३. मराठीतल्या षष्ठीत चा ची चे वापरतात तर अहिराणीतील षष्ठीत ना नी ने आहे.

४. अहिराणीत गुजराथी शब्दांचे प्रमाण ठळकपणे आढळते. उदाहरणार्थ, आंडोर, डिक्रा, बे, ना नी ने, छे चा शे.

५. अहिराणी भाषेत जोडशब्द जास्त प्रमाणात आढळतात. उदाहरणार्थ, तुन्हा, मन्हा, त्यास्ना, आम्ना, तुम्हना, धल्ला, धल्ली, ग्यात, सम्द, बऱ्हानी, बठ्ठ, व्हऊ आदी.

भाषेचं अस्तित्व : अहिराणी आज फक्त बोलीभाषा म्हणून उरली असली तरी या भाषेचा लिखित असा पहिला पुरावा इ. स. १२०६ चा मिळतो. चाळिसगावपासून १० मैलांवर असलेल्या पाटण या गावातील श्रीभवानीच्या मंदिरात हा शिलालेख आहे. हा लेख ज्ञानेश्वरीच्या पूर्वी ८४ वर्षांचा म्हणजे शके ११२८ (सन १२०६) मधील आहे. लीलावतीचे कर्ते प्रसिध्द गणिती भास्कराचार्य यांच्या चांगदेव नावाच्या नातवानं हा लेख खोदविला आहे. देवगिरीच्या सिंधण यादवाचे मांडलिक म्हणून असलेल्या निकुंभ नावाच्या राजकुलाच्या आश्रयानं ज्योतिषशास्त्राचे अध्ययन-अध्यापन करण्यासाठी मठाच्या स्थापनेसंबंधी यात उल्लेख आहे. मठाच्या योगक्षेमासाठी कोणकोणत्या गोष्टी द्यावयाच्या त्यांचं वर्णन त्यात आहे. अगोदर लेखाची सुरुवात संस्कृत भाषेनं होऊन अर्धा शिलालेख हा अहिराणीसदृश्य शब्दांत आढळतो.

ज्ञानेश्वरांना ज्या प्रमुख तीन भाषा येत असत त्यात संस्कृत, मराठी व बागलाणीचा समावेश होता. 'राधामाधवविलासचंपू'च्या प्रस्तावनेत इतिहास संशोधक वि. का. राजवाडे यांनी म्हटलं आहे, *'हा अनेक भाषा ज्ञातृत्वाचा धागा फार प्राचीन आहे. ज्ञानेश्वराला संस्कृत, मराठी व बागलाणी भाषा येत असत... बागलाण हा त्या काळी महत्वाच्या देशांत मोडत असे व तेथे बहुतेक स्वतंत्र हिंदू राजे राज्य करीत असत.'* (राधामाधवविलासचंपू, प्रस्तावना पृ. १४)

अहिराणी भाषा विस्तीर्ण भूप्रदेशात बोलली जाते. विस्तीर्ण प्रदेशात पसरलेल्या एकाच भाषेची कालांतराने वेगवेगळ्या भाषांत वेगवेगळी रुपे होत जातात. हे भाग एकमेकांपासून जितक्या लांब अंतरावर असतील तितका त्यांच्यातला भेद अधिक तीव्र असतो आणि हे भाग एकमेकांपासून जितके जवळ असतील तेवढे त्यांच्यात साम्यही आढळते. त्यामुळं एखादी भाषा स्वतःच्या

क्षेत्रातल्या वेगवेगळ्या प्रदेशांत उक्रांत होत गेली तर तिची विभागपरत्वे अनेक रुपं झाल्याचं दिसतं. त्यांतल्या कोणत्याही दोन प्रदेशांतील रुपाची सीमा नक्की करणं शक्य नसतं. कारण एका निश्चित मर्यादेपर्यंत अमूक एका प्रकारची बोली वापरात असून ती सीमा ओलांडली, की दुसऱ्या अमूक बोलीचा प्रदेश सुरु होतो असं दाखवता येत नाही. अहिराणीबाबत असंच म्हणता येईल. अहिराणी ही बोली विस्तृत भूप्रदेशात बोलली जात असून तिच्या अनेक रुपांची सीमा नेमकी दाखवता येत नाही.

साहित्य : अहिराणी ही एक बोलीभाषा आहे. बोलीभाषेत लिखित साहित्यापेक्षा लोकसाहित्याचं दालन अधिक प्रमाणात खुलं होत राहतं. अहिराणीत विपुल लोकसाहित्य आहे. या लोकसाहित्यातून लोकमानसातील श्रध्दा, चालीरीती, समजुती, उपासना, संस्कृती, आकांक्षा, व्यवहार, नाती, शेती, त्यांची आशास्थानं आदींवर प्रकाश पडतो.

मौखिक साहित्य : अहिराणीतील या लोकवाड्.मयाच्या वर्गीकरणासाठी नुसती स्थूल यादी दिली तरी तिचा व्यापक आवाका लक्षात येतो. अहिराणीतील लोकवाड्.मयाची पुढीलप्रमाणे वर्गवारी करता येईल:

कोडी, आन्हे, उखाणे, नाव घेणे, म्हणी, वाक्प्रचार, सुमाषिते, गप- गफाडा, लोककथा, नितीकथा, लग्नाची गाणी, ओव्या, जात्यावरच्या ओव्या, लोकगीते, भारुडे, झोक्यावरची गाणी, आखाजीची गाणी, बारातल्या शिव्या, विविध सणांवरील गाणी, भलरी गीते, मोटेवरची गाणी, खंडोबाची गाणी, तळी भरण्याची गाणी, गौराईची गाणी, गुलाबाईची गाणी, कानबाईची गाणी, आरत्या, थाळीवरची गाणी, डोंगऱ्यादेवाची गाणी, टापऱ्या गव्हाऱ्याची गाणी, आदिवासी गीतं, भवाइयाची गाणी, ललित, गण, गवळण, लावणी, पोवाडा, तमाशा, चुटके, गोट, डफावरची गाणी, खंजिरीवरची गाणी, कापणीची गाणी, शेतातली गाणी, देवीची गाणी, आढीजागरणाची गाणी, भिलाऊ गाणी, लोकनृत्य, कीर्तन, गोंधळ, वही इत्यादी.

लिखितसाहित्य : अहिराणीतील लिखित वाङमयाचा पहिला उल्लेख लिळाचरित्रात मिळतो. ढासलं, रांधलं, पुंजं असं काही अहिराणी शब्द लिळाचरित्रात दिसतात. ज्ञानेश्वरांची एक बागलाणी गवळण प्रसिध्द आहे. तसंच बागलाण नवरीचे रुपकात्मक अभंग व काही अहिराणी पदंही ज्ञानेश्वरांनी लिहिली आहेत.

अ) गवळण : तन्हा मराठी देश मन्ही बागलाणी भाष ।

मन्हा रे कान्हा, मन्हा रे कान्हा ।

ब) नवरीचे अभंग : करी वो अव्दैत मला केल्यो इसन्यो

सहिंवर सिध्द पुरासि गयो ।

क) पदे : यशोदेना बाय तान्हा मले म्हने हादू ले वो

मी तं बाई साधी भोई गऊ त्याना जवई ।

'राधामाधवविलासचंपू' या जयराम पिंडे कवीच्या काव्यातही अहिराणी भाषा उपयोजित झाली आहे. मोरीरना भाट नावाच्या कवीने अहिराणीत गीतरचना केलेली आढळते. जैन कवी निंबा हा शके १६४८ मध्ये होऊन गेला. त्यानं एक पोथी लिहिली असून तीत अहिराणी या नावानंच एक भक्तीपर व उपदेशपर अहिराणी गीत आहे.

बागलाणीतून काव्य करणारे बागलाण तालुक्यात अजून एक कवी होऊन गेले. कमलनयन असं त्यांचं नाव होतं. त्यांचा काळ १६८० ते १७५० असा होता. अभंगावली, स्तोत्रे, आरत्या, दोहे अशी ग्रंथसंपदा त्यांनी अहिराणीत केली आहे.

आधुनिक साहित्य : बोली भाषेत मुद्दाम कोणी ठरवून लिखाण करीत नाहीत. बोलीभाषकांची असलेली प्रमाणभाषेकडे असलेली ओढ व वाचकांची वानवा यामुळं मातृभाषा बोलीभाषा असूनही अनेक लेखक प्रमाणमाषेत लिखाण करताना दिसतात. या पार्श्वभूमीवर आज अहिराणी भाषेत साहित्य निर्मिती केलेले बरेच साहित्यिक दिसतात. त्यात ठळक नावे पुढीलप्रमाणे आहेत: बहिणाबाई चौधरी (बहिणाबाईंच्या कविता), दा. गो. बोरसे (जिभाऊ, अहिराणीची कुळकथा, खान्देश वाग्वैभव, लोकनाट्य, गिरजा, तापीतरंग, अजिंठ्याचे लेणे), राजा महाजन (सूर्यनी लेक व गुन्हगार- कथासंग्रह), सदाशिव माळी (दोन संकलने), कृष्णा पाटील (अहिराणी लोकसाहित्य, भाग १ व २), डॉ. रमेश सूर्यवंशी (अहिराणी म्हणी- वाक्प्रचार, शब्दकोश, भाषा वैज्ञानिक अभ्यास), डॉ. सुधीर देवरे (आदिम तालनं संगीत, अहिराणी लोकपरंपरा, अहिराणी गोत, अहिराणी लोकसंस्कृती, अहिराणीच्या निमिताने : भाषा, अहिराणी वट्टा, अहिराणी भाषा: उत्पत्ती आणि इतिहास, इतर संशोधनात्मक लिखाण), बापू देसाई (आक्खी हयाती, खान्देशी साहित्य सुरभि इत्यादी), विजया चिटणीस (खानदेशी बोली- संशोधनाचा प्रबंध)

या व्यतिरिक्त अजून अहिराणीत बरेच उदयोन्मुख लेखन होत आहे.

५. संदर्भ ग्रंथांची यादी

'यथार्थ चरित्र' या प्रकरणासाठी संदर्भ:

१) यशवंत लीलामृत - दादामहाराज रत्नपारखे

२) देव- मामलेदार - प्रा. दीपक माळी

३) देवमामलेदार पर्व - आत्माराम भामरे

४) यशवंत लीलामृत (गद्य अनुवाद) - अनिता कुर्तडीकर- तांबोळी

५) नाशिक जिल्हा गॅझेटियर्स

६) बॉम्बे गॅझेटियर्स

७) महाराष्ट्र स्टेट गॅझेटिअर्स

८) आंतरजालावरील माहिती (इंटरनेट)

९) देव मामलेदार ट्रस्ट, सटाणा यांच्याकडून मिळालेली माहिती.

.

समग्र- संदर्भ ग्रंथ:

१. महाभारत, आदि. ६५ / १५ - १६

२. महाभारत, आदि. ६६ / १८

३. हरिवंश, १ / ३ / ५१ -५२

४. जोशी पं. महादेवशास्त्री (संपा.), (तृ. आ. १९९५)

भारतीय संस्कृती कोश: खंड १ ला, पुणे, भारतीय संस्कृती कोश मंडळ,

४१०, शनिवार पेठ, पुणे - ४११०३०

५. जोशी लक्ष्मणशास्त्री (संपा.) (१९७६)

मराठी विश्वकोश, खंड पहिला,

मुंबई, महाराष्ट्र राज्य साहित्य संस्कृती मंडळ.

६. शहा डॉ. मु. ब. (संपा.) (२००३)

खानदेशचा सांस्कृतिक इतिहास (खंड तीन) का. स. वाणी प्रकाशन, धुळे

(या ग्रंथातील डॉ. सुधीर रा. देवरे यांचा दीर्घ लेख)

७. देवी डॉ. गणेश (संपा.) (२०१३)

पीपल्स लिंग्विस्टिक सर्व्हे ऑफ इंडिया, पुणे, पद्मगंधा प्रकाशन, पुणे

८. अहिराणी लोकपरंपरा (ग्रंथाली प्रकाशन, मुंबई) - डॉ. सुधीर रा. देवरे

९. अहिराणी वट्टा (पद्मगंधा प्रकाशन, पुणे) - डॉ. सुधीर रा. देवरे

१०. अहिराणी लोकसंस्कृती (पद्मगंधा प्रकाशन, पुणे) - डॉ. सुधीर रा. देवरे

११. अहिराणीच्या निमिताने: भाषा (पद्मगंधा प्रकाशन, पुणे)

- डॉ. सुधीर रा. देवरे

१२. अहिराणी गोत (पद्मगंधा प्रकाशन, पुणे) - डॉ. सुधीर रा. देवरे

१३. कला आणि संस्कृती: एक समन्वय (शब्दालय प्रकाशन, श्रीरामपूर)

- डॉ. सुधीर रा. देवरे

१४. पंख गळून गेले तरी (शब्दालय प्रकाशन, श्रीरामपूर) - डॉ. सुधीर रा. देवरे

१५. सहज उडत राहिलो (ग्रंथाली प्रकाशन, मुंबई) - डॉ. सुधीर रा. देवरे

१६. ढोल (अहिराणी) अंक १,२,३,४,५ - संपादक: डॉ. सुधीर रा. देवरे

लेखक परिचय

डॉ. सुधीर राजाराम देवरे यांचा संक्षिप्त परिचय व प्रकाशित पुस्तके :

विद्यावाचस्पति - एम. ए. पीएच. डी.

भाषा, कला, लोकजीवन आणि लोकवाड्.मय यांचे अभ्यासक.

साहित्यिक, समीक्षक, संशोधक, संपादक.

अहिराणी भाषा संशोधक, अहिराणी लोकसंचितावर लेखन.

'ढोल' या अहिराणी नियतकालिकाचे संपादक.

सदस्य, महाराष्ट्र राज्य लोकसाहित्य समिती.

महाराष्ट्र शासनाचा नरहर कुरूंदकर भाषा पुरस्कार.

जन्म तारीख : २९ एप्रिल १९६३

शिक्षण : विद्यावाचस्पति - एम. ए. पीएच. डी. (मराठी, पुणे विद्यापीठ, १९९८)

पत्ता:

© डॉ. सुधीर रा. देवरे

टेलिफोन कॉलनी, पाठक मैदानाच्या पूर्वेला,

सटाणा - ४२३ ३०१ जि. नाशिक, महाराष्ट्र

भ्रमणध्वनी: 7588618857

Email : drsudhirdeore29@gmail.com

ग्रंथ लेखन:

1. डंख व्यालेलं अवकाश, मराठी कविता संग्रह, व्दितीय आवृत्ती, नोशन प्रेस प्रकाशन, चेन्नई, २७ जून २०२१. (पहिली आवृत्ती: 26 जानेवारी 1999, लाखे प्रकाशन, नागपूर.)

2. आदिम तालनं संगीत, अहिराणी कविता संग्रह, व्दितीय आवृत्ती, नोशन प्रेस प्रकाशन, चेन्नई, २७ जून २०२१. (पहिली आवृत्ती: भाषा प्रकाशन, बडोदा. जुलै 2000, तुका म्हणे पुरस्कार, २०००.)

3. कला आणि संस्कृती : एक समन्वय, संदर्भ ग्रंथ, जुलै २००३, शब्दालय प्रकाशन, श्रीरामपूर. मुंबई येथील लोकमान्य सेवा संघाचा मा. सी. पेंढारकर, 2002 - 2003

4. पंख गळून गेले तरी, आत्मकथन, २ आक्टोबर २००७, शब्दालय प्रकाशन, श्रीरामपूर. स्मिता पाटील पुरस्कार.

5. अहिराणी लोकपरंपरा, संदर्भ ग्रंथ - समीक्षा, 3 डिसेंबर 2011, ग्रंथाली प्रकाशन, मुंबई.

6. अहिराणीच्या निमिताने : भाषा, 8 एप्रिल 2014, पद्मगंधा प्रकाशन, पुणे. महाराष्ट्र शासनाचा नरहर कुरुंदकर भाषा पुरस्कार.

7. अहिराणी लोकसंस्कृती, संदर्भ ग्रंथ, 8 एप्रिल 2014, पद्मगंधा प्रकाशन, पुणे.

8. अहिराणी गोत, अहिराणी दर्शन, 7 मार्च 2014, पद्मगंधा प्रकाशन, पुणे.

9. अहिराणी वट्टा, अहिराणी कथा, 7 मार्च 2014, पद्मगंधा प्रकाशन, पुणे.

10. माणूस जेव्हा देव होतो, चरित्र, प्र. आ. 4 जानेवारी 2015, अहिराणी नाद प्रकाशन, सटाणा.

11. सहज उडत राहिलो, आत्मकथन, 1 ऑक्टोबर 2016, ग्रंथाली प्रकाशन, मुंबई.

12. सांस्कृतिक भारत, राज्यनिहाय लेख, 15 डिसेंबर 2017, मेनका प्रकाशन, पुणे.

13. माणसं मरायची रांग, कथासंग्रह, 1 जानेवारी 2019, विजय प्रकाशन, नागपूर.

14. मी गोष्टीत मावत नाही, कादंबरी, 25 फेब्रुवारी 2019, पद्मगंधा प्रकाशन, पुणे.

15. टिंब, कादंबरी, 15 ऑगष्ट 2019, सहित प्रकाशन, गोवा.

16. आस्वाद : भावलेल्या कवितांचा, समीक्षा, मार्च 2020, वर्णमुद्रा प्रकाशन, शेगाव.

17. ब्लॉगच्या जाळ्यातून जग, लेखसंग्रह, 25 सप्टेंबर 2020, दिलीपराज प्रकाशन, पुणे.

18. सायको, कादंबरी, फेब्रुवारी 2021, तेजश्री प्रकाशन, इचलकरंजी.

19. Melodies with a Primitive Rhythm, Translation in English by Rajeev Kulkarni, 7 April 2021, Notion Xpress Publication, Chennai.

20. आदिम तालाचं संगीत, मराठी भाषांतर, स्वतः, 10 एप्रिल 2021, नोशन प्रेस पब्लिकेशन, चेन्नई.

21. भारतीय भाषांचे लोकसर्वेक्षण : महाराष्ट्र, 17 ऑगष्ट 2013, पद्मगंधा प्रकाशन, पुणे. यात प्रत्यक्ष सहभाग आणि पृष्ठ क्रमांक 68 ते 81 वरील अहिराणी भाषा हा दीर्घ लेख. आणि इतर आगामी.

Blog link:
sudhirdeore29.blogspot.in/

संपादित ग्रंथांत योगदानः

- खानदेशचा सांस्कृतिक इतिहास (खंड-३): संपादक : डॉ. मु. ब. शहा, का. स. वाणी मराठी प्रगत अध्ययन संस्था, धुळे, जानेवारी - २००४, लेख : अहिराणी भाषा : उत्पत्ती आणि इतिहास

- जनस्थानः नाशिक येथील ७८ वे अ.भा. मराठी साहित्य संमेलन स्मरणिका, संपादक मंडळात सहभाग (जानेवारी २००५), लेख : अहिराणी भाषक लोकजीवन व लोकपरंपरा

- लोकजीवन आणि लोकसंस्कृती : संपादक : डॉ. द. ता. भोसले (महाराष्ट्र राज्य साहित्य आणि संस्कृती मंडळ, मुंबई, प्रकाशन वर्ष २००५), लेख: आदिम जीवन आणि लोकसंस्कृती : एक अनुबंध

- लोकायन : संपादक : डॉ. रमेश वरखेडे (लोकायन, लोककला साहित्य संमेलन, स्मरणिका, नाशिक, वर्ष : १९९५), लेख : घुमरे : अहिराणी भाषक आदिवासी

- पीपल्स लिंग्विस्टिक सर्व्हे ऑफ इंडियाः संपादकः डॉ, गणेश देवी, (पुणे,

पद्‌मगंधा प्रकाशन, पुणे, वर्ष: 2013), लेख: अहिराणी भाषा

आगामी:

1. सृजनसंवाद (द.ग. गोडसे यांची पत्रे) संपादित

2. फूल आणि फुलपाखरू (नाटक)

3. उंदरांचा संसार (नाटक)

4. मला माहीत नाही (नाटक)

5. फुटूच लागतात पंख (कवितासंग्रह)

6. भंगलेले अभंग (कवितासंग्रह)

7. मर्मभेद (लेखसंग्रह)

8. सोन्याची शाळा (कादंबरी)

पुरस्कार : तुका म्हणे पुरस्कार, बुलडाणा (वर्ष २०००)

लोकमान्य सेवा संघाचा गुरूवर्य मा. सी. पेंढारकर पुरस्कार,

मुंबई (वर्ष २००२-२००३)

महाराष्ट्र शासनाचा गुणवंत पुरस्कार (वर्ष 2008)

उत्तर महाराष्ट्रातील सांहित्यिकांसाठी असणारा कानुश्री पुरस्कार,

धुळे (वर्ष २०००)

स्मिता पाटील पुरस्कार , शिरपूर (वर्ष २००७)

Nasio (नॅसिओ) या संस्थेचा राष्ट्रीय पुरस्कार, (वर्ष 2015)

2015 चा महाराष्ट्र राज्य शासन उत्कृष्ट वाड्‌मय निर्मितीचा नरहर कुरूंदकर भाषा पुरस्कार. (वर्ष 2015)

चर्चासत्र: केंद्रीय साहित्य अकादमी दिल्ली या संस्थेच्या वतीने राष्ट्रीय पातळीवरील चर्चासत्रात सहभाग:

१. कलकत्ता: मिडनापूर - लोकसाहित्यावर निबंध सादर. (मार्च १९९८)

२. बडोदा: छोटा उदयपूर - लोकसंस्कृतीवर निबंध सादर. (ऑक्टोबर १९९७)

३. बडोदा : महाराजा सयाजीराव विद्‌यापीठात अहिराणीवर निबंध सादर. (नोव्हेंबर १९९९)

४. भोपाळ : राष्ट्रीय मानव संग्रलयातील आंतरराष्ट्रीय कृतीसत्र- टापऱ्या गव्हाऱ्याची कला सादरीकरण. (बंधारपाडा ता.बागलाण येथील आदिवासी कलाकार, १९ ते २४ जानेवारी २०००)

५. दिल्ली : अहिराणी का भविष्यकाल - लोक अधिकार परिषद, अध्यक्ष : महाश्वेता देवी दिनांक १०-१२-२००१.